ASILI YA QUR'AN

Dr. Maxwell Shimba
Shimba Theological Institute

Kimechapishwa huko Manhattan, New York na Shimba Publishing, LLC.

Shimba Publishing, LLC
Kimechapishwa nchini Marekani

Chapa ya Kwanza 2022

UTANGULIZI

Qur'an ni kitabu kitakatifu cha Uislamu na kinachoheshimiwa na Waislamu wote duniani kama neno la Allah (Mungu) lililofunuliwa kwa Mtume Muhammad kupitia malaika Jibril. Qur'an imeandikwa kwa lugha ya Kiarabu na imehifadhiwa katika hali yake ya awali kwa zaidi ya miaka 1400. Hata hivyo, kutokana na kuenea kwa Uislamu na haja ya watu wa lugha nyingine kuelewa mafundisho yake, tafsiri za Qur'an zimefanywa katika lugha nyingi, ikiwa ni pamoja na Kiswahili.

Lugha ya Kiswahili, au Kiswahili, ni lugha ya Kibantu inayozungumzwa na zaidi ya watu milioni 100 katika Afrika Mashariki, ikiwa ni pamoja na Tanzania, Kenya, Uganda, na Jamhuri ya Kidemokrasia ya Kongo. Kiswahili pia hutumiwa kama lugha ya mawasiliano katika kanda hiyo na inatambuliwa kama moja ya lugha rasmi za Umoja wa Afrika.

Tafsiri ya Qur'an katika Kiswahili ilianza karne ya 19, wakati wa kipindi cha ukoloni katika Afrika Mashariki. Wamishionari wa Kikristo na maafisa wa ukoloni walikuwa wa kwanza kutafsiri Qur'an katika Kiswahili, hasa kama njia ya kuwabadilisha Waislamu kuwa Wakristo. Tafsiri hizi za awali mara nyingi zilikosolewa na wanazuoni wa Kiislamu kwa kutokua sahihi na kueleweka vibaya.

Hata hivyo, kwa kuongezeka kwa jamii ya Waislamu katika Afrika Mashariki na kuenea kwa elimu ya Kiislamu, haja ya tafsiri sahihi na za kuaminika ya Qur'an katika Kiswahili ilionekana kuwa muhimu. Wanazuoni wa Kiislamu walianza kazi ya kutafsiri Qur'an katika Kiswahili, kwa kutumia maarifa yao ya Kiarabu na Kiswahili ili kuzalisha tafsiri sahihi na zinazo aminika.

Moja ya tafsiri za Qur'an kwa Kiswahili za mapema na maarufu ni ile iliyofanywa na Sheikh Abdullah Saleh Al-Farsy, mwanazuoni kutoka Arabia aliyejitokeza Afrika Mashariki katika mwanzo wa karne ya 20. Tafsiri yake, inayojulikana kama Tafsiri ya Qur'an, inachukuliwa na wengi kuwa moja ya tafsiri za Qur'an yenye mamlaka katika Kiswahili.

Mwandishi mwingine mashuhuri wa Kiswahili aliyetafsiri Qur'an ni Sheikh Ali Muhsin Al-Barwani, mwanazuoni kutoka Oman aliyekuja Afrika Mashariki katika miaka ya 1950. Tafsiri yake, inayojulikana kama Tafsiri ya Qur'an Tukufu, pia inaheshimiwa sana na jamii ya Waislamu katika Afrika Mashariki.

Mbali na tafsiri hizi, kuna tafsiri nyingine nyingi za Qur'an kwa Kiswahili, kila moja ikiwa na mtindo na tafsiri yake ya kipekee. Baadhi ya watafsiri wengine mashuhuri wa Qur'an kwa Kiswahili ni pamoja na Sheikh Rajab Ali Mwinyi na Sheikh Yahya Hussein al-Hussein.

Ni muhimu kutambua kuwa tafsiri ya Qur'an katika lugha yoyote ni kazi nyeti na ngumu sana, kwani Qur'an inachukuliwa kuwa neno la moja kwa moja la Allah. Kwa hivyo, tafsiri yoyote ya Qur'an lazima ifanywe kwa uangalifu mkubwa na usahihi, na lazima iambatane na maana ya kweli ya maandishi ya Qur'an.

Kwa hitimisho, tafsiri ya Qur'an kwa Kiswahili imefanya jukumu muhimu katika kusambaza mafundisho ya Uislamu kwa watu wa lugha ya Kiswahili wa Afrika Mashariki. Ingawa kuna tafsiri nyingi za Qur'an kwa Kiswahili, kila moja ikiwa na tafsiri yake ya kipekee, zote zinalenga kutoa uwakilishi sahihi na waaminifu wa maandishi ya Qur'an katika lugha ya Kiswahili.

DR. MAXWELL SHIMBA

Onyo:
Yaliyomo katika makala haya yanaweza kuudhi baadhi ya wasomaji. Mwandishi Dr. Maxwell Shimba hatachukua jukumu lolote iwapo kusoma makala haya kutakufanya kuumia hisia au kusababisha uharibifu kwenye moyo wako. Soma makala haya kwa hatari yako mwenyewe.

UTANGULIZI WA MCHAPISHAJI

Nawasalimu wasomaji wote kwa jina la Bwana wetu Yesu Kristo alie hai. Kitabu hiki kilicho mikononi mwako hivi sasa ni juhudi ya miaka mingi sana ya Dk. Maxwell Shimba na Huduma ya Max Shimba Ministries Org ya huko New York, Amerika. Kama lilivyo jina la Kitabu ndivyo ulivyo ujumbe wenyewe ambao mwanachuoni huyu mahiri kabisa aliyeifafanua ni mtu aliyebobea katika fani zote ambazo mfasiri (Mfafanuzi) anatakiwa awe nazo. Mtumwa wa Yesu Kristo Dk. Maxwell Shimba ameonyesha cheche zake katika vitabu vingi alivyoviandika katika maudhui mbalimbali na hivyo kujipatia wasomaji wengi sana.

Msomi huyu, mwenye fikra huru na anayetetea kile anachokiamini, ni mtu mwenye mawazo mapana na kuyaangalia mambo kwa undani sana, kipaumbele chake ni katika maslahi ya umma huu na amejaribu sana kwenda na wakati. Sifa kubwa ya pekee ya mwanachuoni huyu ni kuwa yeye hakujihusisha sana na kung'ang'ania madhehebu fulani tu, labda hii yatokana na wadhifa wake wa ukadhi "Restorative Justice" aliokuwa nao katika nchi ya Marekani ambayo ina madhehebu mengi, ambapo suala la madhehebu ni nyeti nchini humo, hata hivyo yeye aliweza kuamua matatizo ya watu kwenye ofisi yake iliyopo Kitongoji cha New York kulingana na madhehebu yao pale walipomwendea, hiyo ilmsaidia sana.

Jambo lililotupa msukumo kutafsiri kitabu hiki kwa lugha ya kiswahili ni zile faida nyingi atakazozipata msomaji na kujua mambo mengi na ya ajabu yaliyo mapya kwake ambayo si rahisi kuyapata kwa waandishi wengine.

Msomaji atapata faida katika fani za Injili ya Bwana Yesu Kristo, Sayansi, Siasa, Historia, Mashairi, visa vizuri, na

Saikolojia miongoni mwa mengine; ndiyo maana msomaji atashangaa kidogo anaposoma Kitabu hiki atakapoona mwandishi amewataja na kuwanukuu watu kama kina Mtume Muhammad, Isa Bin Maryam, Mfalme Constantine, wanasayansi na wengineo, hali inayoifanya kitabu hiki kuwa ni cha kipekee kabisa. Mtindo alioutumia mwandishi ni sahali uliokusudiwa watu wa tabaka mbalimbali, wanavyuoni na watu wa kawaida.

Ruhusa imetolewa kwa yeyote anaetaka kukichapisha upya kitabu hiki kwa sharti tu kwamba asibadilishe chochote bila ya kutujulisha, na atutumie nakala moja baada ya kukichapisha. Nia yetu ni kukigawanya kitabu hiki bure lakini tumelazimika kukiuza kwa bei nafuu ili kurudisha gharama za uchapishaji. Mwisho, shukrani kubwa iwaendee bila ya kuwataja watu waliojitolea usiku na mchana, jopo la wafasiri, wahariri, wachapaji, waliotupa moyo na kutoa maoni yao na walioisimamia ili kuhakikisha kwamba kitabu kimemfikia msomaji. Mchapishaji.

Kutokana na maombi mengi ya wasomaji wetu wa Kiswahili, ambao ni wa madhehebu mbalimbali ya Wakristo walioko Afrika Mashariki na Kati, Amerika ya Kusini na Kaskazini, Uarabuni na hata nchi za Ulaya, tumeonelea kukichapisha Kitabu hiki ili kupunguza kiu yao kama si kuiondoa kabisa. Uzuri wa chapa hii ni utaratibu uliotumika, ambapo baada ya Aya kufasiriwa, maelezo yake yanapatikana moja kwa moja chini yake bila ya kwenda kwenye ukurasa mwingine, na utaratibu huu ndio utakaotumika katika chapa zote zitakazofuata.

Hatuna budi kuwashukuru wote waliotumia wakati na akili zao katika kufanikisha lengo hili adhimu, bila ya kuwasahau wafadhili na wasimamizi wetu. Mwenyezi Mungu awalipe kheri nyingi. Vilevile tunawashukuru sana wasomaji wetu ambao waliotukosoa, hivyo kuchangia, kwa kiasi kikubwa, kuisahihisha chapa hii, na tunawaomba waendelee kufanya hivyo.

DIBAJI

Mimi nimetunga mfululizo wa vitabu vidogo vidogo katika itikadi na misingi yake. Nimevitunga kulingana na mfumo na mantiki ya kizazi cha kisasa, ambacho hakiamini kitu ila kile kinachokitaka na chenye kuafikiana na malezi yake na maendeleo yake

Kuandika juu ya karatasi tu, sio sharti la kufaulu katika kitu chochote; isipokuwa kufaulu ni kumridhisha na kumpendeza msomaji kile atakachokisoma. Msomaji naye hawezi kuridhia kitabu chochote, isipokuwa kiwe kwa ajili yake na sio kwa ajili ya mwandishi. Na-huko kuridhia kunampa nguvu mwandishi kuendelea. Hapo ndipo msomaji na mwandishi wanapoathiriana. Kwa vyovyote ilivyo, kuenea kwa mfululizo huo wa vitabu vidogo vidogo na majarida kumenipa nguvu ya kutunga vitabu vikubwa na vipana; kama vile: Roho Mtakatifu, Yesu ni Mungu, Allah sio Yehova, Mungu wa Kweli, Yesu ndani ya Qur'an, Yesu sio Isa Bin Maryam n.k. Vitabu hivi vinapatikana katika lugha mbali mbali ikiwepo ya Kiingereza, Kispanishi, na Kifaransa.

Mwenyezi Mungu naye akavifanyia vitabu hivi kama alivyofanyia vile vingine.

Kwa hivyo basi, nitaendelea kuandika na kuwa na ndoto ya kutimia na kufaulu mpaka kufa. Yesu yeye peke yake ndiye ambaye atasimamisha nishati yangu. Nami nitaendelea kutoa juhudi zangu muda wote wa uzima wangu.

Kizazi cha kisasa Kila kitu kina sababu ya kutokea kwake, ni sawa kiwe ni cha kimaumbile, kama vile tufani na tetemeko; au cha kijamii, kama vile ujinga na ufukara; au kiwe ni katika mambo ya moyoni, kama vile imani na kufuru. Hakuna kitu chochote kinachotokea kwa sadfa bila ya sababu yoyote, au bila ya mipangilio yoyote. Nitayafafanua maelezo haya kwa swali na jibu lifuatalo:

Mhubiri Mlango wa 3: 1 Kwa kila jambo kuna majira yake, Na wakati kwa kila kusudi chini ya mbingu. 2 Wakati wa kuzaliwa, na wakati wa kufa; Wakati wa kupanda, na wakati wa kung'oa yaliyopandwa; 3 Wakati wa kuua, na wakati wa kupoza; Wakati wa kubomoa, na wakati wa kujenga; 4 Wakati wa kulia, na wakati wa kucheka; Wakati wa kuomboleza, na wakati wa kucheza; 5 Wakati wa kutupa mawe, na wakati wa kukusanya mawe; Wakati wa kukumbatia, na wakati wa kutokumbatia; 6 Wakati wa kutafuta, na wakati wa kupoteza; Wakati wa kuweka, na wakati wa kutupa; 7 Wakati wa kurarua, na wakati wa kushona;Wakati wa kunyamaza, na wakati wa kunena; 8 Wakati wa kupenda, na wakati wa kuchukia; Wakati wa vita, na wakati wa amani. 9 Je! Mtendaji anayo faida gani katika yale anayojishughulisha nayo?

Kwanini kizazi cha sasa hakijishughulishi na misimamo ya kiimani na kidini kama kilivyokuwa kizazi kilichopita? Vijana wengi wa kileo wameachana na ibada na mazingira ya kidini; bali imekuwa uzito sana kwao kusikiliza mafundisho, mahubiri, na nasaha za kidini; hata msimamo mzuri wa kiutu - kama udugu, usawa, amani, kusaidiana, ukweli na uadilifu - haumo katika nyoyo zao kabisa.

Inapotokea kuzungumzia basi wanazungumzia katika ndimi zao tu, sio katika nyoyo zao; ila ikiwa kuna manufaa ya kibinafsi.

Na kazi ambayo tunaiweza kuifanya, nionavyo mimi,ni:

Kwanza: Tuitilie mkazo dini katika mashule, hasa Biblia, kuisoma, kuihifadhi na kuifasiri. Kwani hiyo ndiyo msingi. Kama wasimamizi wakikataa kufundisha dini katika mashule na watakataa tu, basi ni juu yetu kuanzisha Shule za kibinafsi kwa ajili ya lengo hilo tu. Tuanzishe Shule hizi kutokana na mamillioni yanayotolewa sabili kwa wanavyuoni wakubwa na wengine Wala sijui kama kuna kazi nyingine bora zaidi ya kutumia pesa hizo kuliko kufufua na kuyaeneza mafundisho ya dini.

Pili: Kila mmoja katika watu wa dini atekeleza wajibu wake kwa ikhlasi, baada ya kujiandaa kuwa kiongozi mwenye mwamko, anayejua namna ya kuwakinaisha vijana, kuwa dini ndio chimbuko la msimamo ulio sawa, ambalo litawapa maisha mema zaidi.

Tatu: Kuufafanua uhakika wa dini, kuufanya mwepesi kufahamika na kuutangaza kwa vitabu, hotuba, makala na matoleo kadhaa. Tumthibitishie mjinga na mwenye shaka kuwavuta kwenye Ukristo kwa kutumia Biblia Takatifu. Yesu anatosheleza kabisa mahitaji ya mwanadamu ya kiroho na ya kimaada; na unaweza kutatua matatizo yake; na kwamba una lengo la kumfanya afaulu katika dunia yake na akhera yake.

Yesu Kristo awabariki sana.

Dr. Maxwell Shimba

SEHEMU YA KWANZA
ASILI YA QUR'AN

Kitabu hiki kinachunguza uandishi wa Qur'an Tukufu kwa njia mpya ya kuangalia Qur'an Tukufu. Utafiti unafanywa kwa kutumia mantiki na marejeo ya kihistoria juu ya uandishi wa Qur'an. Kwahiyo, njia hii ni kinyume kabisa na waumini vipofu ambao hukubali ukweli wa Qur'an bila kuuliza maswali. Kwa kuchambua, kukata vipande na kufasiri kwa uangalifu maudhui ya Qur'an, Ahadith, Sirah (maisha ya Muhammad), mwandishi Dr. Maxwell Shimba ameainisha vyanzo kadhaa ambavyo bila shaka vilichangia katika utungaji wa aya za Qur'an. Si Allah aliyeandika Qur'an; hata sio Muhammad peke yake aliyefanya hivyo. Qur'an sio kazi ya kiumbe kimoja au mtu mmoja. Kulikuwa na watu kadhaa waliohusika katika utungaji, kuandika, kubadilisha, kuingiza na kufuta aya za Qur'an. Viongozi muhimu zaidi waliohusika katika uumbaji au uandishi wa Qur'an walikuwa: Imrul Qays, Zayd B. Amr, Hasan B. Thabit, Salman, Bahira, ibn Qumta, Waraqa na Ubayy B. Kab. Muhammad mwenyewe alihusika katika utengenezaji wa idadi ndogo wa aya, lakini mtu muhimu zaidi aliyemhamasisha Muhammad katika uvumbuzi wa Uislamu na kazi ya Qur'an alikuwa, labda, Zayd B. Amr, ambaye alieneza Hanifism. Baadaye, Muhammad alibadilisha Hanifism ya Zayd kuwa Uislamu.

Kwahiyo, kauli kwamba Uislamu siyo dini mpya inaonekana kuwa ya kweli. Walakini, ugunduzi muhimu ni kwamba Qur'an hakika sio maneno ya Allah, ni maandiko yaliyotengenezwa na binadamu ambayo Muhammad aliyapitisha kama maneno ya mwisho ya Allah kwa wanadamu. Jambo jingine muhimu la kitabu hiki ni kwamba kati ya dini za zamani ambazo waandishi wa Qur'an waliingiza ndani yake, ni tamaduni za Wasabia "Sabeans".

Kwa kweli, ibada ya sala 5 na mfungo wa siku 30 zilichukuliwa kutoka kwa Wasabia. Kwahiyo, Qur'an ni mkusanyiko wa vitabu vya dini mbalimbali vilivyokuwepo wakati wa Muhammad. Hivyo basi, kwenye Kitabu hiki tutathibitisha kuwa, Muhammad na Allah walichukua, nukuu, chagua na kuunda Qur'an kutoka vyanzo mbalimbali. Ingawa vyanzo vingi vilichangia kwenye Qur'an, Muhammad alikuwa mhariri wake mkuu.

Kulingana na Uislamu, kuhoji ukweli kwamba Allah labda sie mwandishi halisi wa Qur'an ni kufuru kubwa. Mtu anaweza kukabiliwa na hukumu ya kifo kwa kuhoji au kuwa na chembe ya shaka kuhusu uhalisi wa Qur'an. Qur'an ni kitabu kitakatifu kuliko vitu vyote katika uumbaji wa Allah kutokana na Uislam. Walakini, binadamu ni kiumbe mwenye utafiti, nilianza kuhoji uandishi wa Qur'an kwa muda mrefu sana, tangu utotoni mwangu, wakati nilipoanza kusoma kitabu hicho kwa njia rasmi.

Wakati wa uchunguzi wangu, niligundua kwamba watu wengi walihusika katika ukusanyaji na uadishi wa Qur'an. Bila kujulikana ukweli huu kwa wengi wa Waislamu, ambao umeshehena kwa kina ndani ya Qur'an, Ahadith na Sirah, kuna ushahidi mwingi unao pinga, na kufichua madai kwamba Qur'an ni uumbaji wa Allah. Kufanya Allah kuwa mwandishi wa Qur'an, nadhani, ni uwongo mkubwa uliofanywa kwa wanadamu kwa zaidi ya karne moja.

Tunaweza, kwa uhakika, kusema kwamba hata Muhammad mwenyewe sio peke yake aliandika Qur'an. Kwa kweli, sehemu kubwa ya Qur'an ilikuwa imeandikwa na au iliongozwa na kuandikwa na watu wengine "kadhaa". Wengi maarufu miongoni mwao walikuwa:

• Imrul Qays, mwandishi wa kale wa Kiarabu ambaye alikufa miaka michache kabla ya kuzaliwa kwa Muhammad
• Zayd B. Amr B. Naufal, mtu aliyeasi na ambaye aliendeleza na kueneza Hanifism
• Labid, mwandishi wa kike
• Hasan B. Thabit, mwandishi rasmi wa Muhammad
• Salman, Mwarabu mwenye asili ya Kiparsi, rafiki wa karibu wa Muhammad na mshauri
• Bahira, monaki Mkristo wa Nestoraian wa Kanisa la Syria
• Jabra, jirani Mkristo wa Muhammad
• Ibn Qumta, mtumwa Mkristo
• Khadijah, mke wa kwanza wa Muhammad
• Waraqa, binamu wa Khadijah
• Ubay B. Kab, katibu wa Muhammad na mwandishi wa Qur'an
• Muhammad mwenyewe.
Pia kulikuwa na watu wengine valiohusika. Walikuwa:
• Wasabia
• Aisha, bibi arusi wa Muhammad
• Abdallah B. Salam B. Al-Haritha, Myahudi aliyekuwa Muislamu
• Mukhyariqa, Rabbi na Myahudi mwingine aliyegeuka kuwa Muislamu.

Bila shaka, orodha yangu ya waandishi wanaoweza kuwa wa Qur'an haijakamilika. Huenda kulikuwa na pande nyingine nyingi zilizohusika ambazo sijazisikia hata habari zake. Lakini kwa majadiliano mafupi, orodha niliyoitoa hapo juu, nadhani inaweza kuwa ya kutosha. Katika Kitabu hiki, nimeorodhesha tu mchango wa vyanzo vilivyotajwa hapo juu katika uandishi wa Qur'an.

Sasa, ili kuelewa Waandishi wa Qur'an na makundi yao, tunapaswa kwanza kutambua historia ya Muhammad, ambaye anadaiwa kuwa ni uumbaji bora na wa mwisho wa Allah.

ASILI YA MUHAMMAD

Asili ya kipagani ya Muhammad:

Ni ukweli usiopingika kwamba Muhammad alizaliwa na wazazi wenye imani ya kipagani. Baba yake, Abdullah, na mama yake, Amina, wote walikuwa waabudu masanamu. Utoto wake wote (labda hadi alipokuwa kijana) ulitumika katika uabudu wa sanamu. Leo hii, ni vigumu kwa Waislamu wengi kukubali ukweli huu. Walakini, asili ya kipagani ya Muhammad inafichuliwa na Hisham Ibn Al-Kalbi. Kwenye ukurasa wa 17 wa kazi yake muhimu, Kitab Al-Asnam (Kitabu cha Sanamu), anaandika (Hisham Al-Kalbi, Kitab Al-Asnam, Ukurasa wa 17):

"Tumeelezwa kwamba Mtume wa Mungu alisikika angalau mara moja akimtaja al-Uzza akisema, Niliwahi kutoa dhabihu ya Kondoo mweupe kwa al-Uzza, nilipokuwa mfuasi wa dini ya watu wangu."

Katika taarifa hapo juu, Muhammad anakiri wazi kuwa alikuwa akifuata dini ya kipagani ya Waquraishi.

Awali, Muhammad hata aliimba na kuipa sifa miungu ya kipagani (au sanamu) kwa kukubaliana na Waquraishi kwamba miungu hii ilikuwa mawakala wa Allah. Kwenye ukurasa huo huo, Hisham Ibn al-Kalbi anaandika:

Waquraishi walikuwa wakizunguka Al-Kaabah na kusema: *"Mbele ya Allat na al-Uzza, Na Manah, mungu wa tatu pamoja nao. Hakika wao ni wanawake waliotukuka zaidi ambao wanaombwa kuombea."*

Hawa pia walikuwa wanaitwa mabinti wa Allah, na waliaminiwa kuwaombea watu mbele ya Mungu. Lakini wakati Mtume wa Mwenyezi Mungu alipotumwa, Mwenyezi Mungu alimfunulia juu yao yafuatayo:

Qur'an 053:19-23 *"Je! Mmesikia juu ya Lat na Uzza, Na mwingine wa tatu, Manat? Je! Kwa ajili yenu ni kiume, na kwa ajili yake ni kike? Hii itakuwa ni mgawanyo mbaya sana! Hawa ni majina tu ambayo mmeyabuni - wewe na mababa zako - ambayo Mwenyezi Mungu hakuyateremsha. Wanafuata uvumi na tamaa zao tu, hata kama wamekwisha pewa mwongozo kutoka kwa Mola wao!" (Hisham ibn al-Kalbi, Kitab al-Asnam, uk. 17).*

Wakati Muhammad alipokuwa mtu mzima na akaanza kuhudhuria mikutano ya kila mwaka ya washairi huko Ukaz, alivutiwa sana na mawazo, ufasaha, hisia, ujasiri na ubinadamu uliotolewa na washairi wengi. Alianza kuhoji kuabudu masanamu na akaanza kuhubiri wazo jipya la Mungu mmoja, muumbaji, sawa na mawazo ya Wayahudi na Wakristo wa wakati huo. Walakini, alikuwa amechanganyikiwa kuhusu ni Mungu yupi anapaswa kuwa Mungu wake. Allah, mungu Mwezi (ndiyo maana alama zilizowekwa kila msikiti ni mwezi mchanga) wakati huo, alikuwa Mungu mkuu wa watu wa kipagani. Kosa lao pekee lilikuwa kwamba mbali na Allah, walikuwa wanamuabudu kama mpatanishi wa Allah, miungu na mungu wa kike mdogo kama vile: Hubal, Al-lat, Al-Uzza, Manat, nk. Kwa hiyo, mwanzoni mwa wazo lake jipya la muumbaji mwenye nguvu, Allah hakuwa akilini mwake. Mbali na hilo, kipindi hicho wachawi, watabiri, waganga, na hata wanaomwabudu shetani walikuwa wanaapa kwa kiapo cha Allah. Kwahiyo, Muhammad aliona kuwa ni jambo lisilofaa sana kumfanya Allah kuwa Mungu wake (ilah).

Katika siku za kipagani, watu wa Yemen walikuwa wanamuabudu mungu mwingine ambaye jina lake lilikuwa Ar-Rahman. Kwa muda fulani, Muhammad alitumia jina la Ar-Rahman badala ya Allah kama Mungu. Kwa bahati mbaya, Ar-Rahman pia lilikuwa neno la Kiyahudi la Rahmana ambalo lilikuwa ni jina la Mungu katika kipindi cha Talmudic (Noldeke: The Koran, The Origins of the Koran, p.53).

Muhammad alifikiri kwa busara kwamba kwa kutumia neno Ar-Rahman angeweza kuwavuta Wayahudi pamoja na baadhi ya watu wa kipagani kwenye dini yake mpya.

Hata hivyo, alipotangaza kuwa yeye ni mjumbe wa Ar-Rahman, watu wa Makkah, pia, walikuwa wamechanganyikiwa na kushangaa. Wa-Makkah hawakumjua Ar-Rahman mwingine zaidi ya Ar-Rahman wa al-Yamamah (baadhi ya waandishi wanasema Ar-Rahman alikuwa Yemen). Ili kuthibitisha madai ya Muhammad, Waquraishi waliwatuma wajumbe kwa Wayahudi wa Madina, kwa kuwa walifikiri kwamba Ar-Rahman, kwa kweli, alikuwa mungu huko Yemen au Yamamah. Mwanahistoria wa Kiislamu Ibn Sad (Ibn Sad, Juzuu ya i, Ukurasa 189-190)

Anaandika: Waquraishi walimtuma al-Nadr Ibn al-Harith Ibn Alaqamah na Uqbah Ibn abi Muayt na wengine kwa Wayahudi wa Yathrib na kuwaambia waulize juu ya Muhammad. Walifika Madinah na kuwaambia (Wayahudi): Tumekuja kwenu kwa sababu jambo kubwa limefanyika katikati yetu. Kuna yatima mnyenyekevu ambaye anadai kuwa mjumbe wa al-Rahman, lakini hatujui yeyote al-Rahman isipokuwa Rahman wa al-Yamamah. Walisema: Mpe maelezo yake. Walitoa maelezo yake, ambapo waliwauliza wafuasi wake ni kina nani. Walisema: Watu wanyonge kati yetu. Kisha mtaalam mmoja wao akacheka na kusema: Yeye ni Nabii ambaye sifa zake tunaziona zikitajwa katika Maandiko yetu; pia tunajua kwamba watu wake watakuwa wakali sana kwake.

Nikisoma, kwa akili isiyokuwa na upendeleo, Surah 50 za kwanza (kwa mpangilio wa kihistoria) za Qur'an, zinaonyesha kuchanganyikiwa kwa Muhammad kuhusu Mola, Allah na Ar-Rahman. Muhammad alikuwa hana uhakika kuhusu ni nani anapaswa kuchukuliwa kama Mungu wake (ilah).

Hapa kuna muhtasari wa Surah 50 za kwanza kuhusu wazo la Muhammad kuhusu Mungu wake:

Mola pekee: 68, 92, 89, 94, 100, 108, 105, 114, 97, 106, 75 (Sura 11)

Ar-Rahman, Mola: 55, 36 (Sura 2)

Ar-Rahman, Allah, Mola: 20 (Sura 1)

Allah, Mola: 96, 73, 74, 81, 87, 53, 85, 50, 38, 7, 72, 25, 35, 56, 26, 27, 28, 17 (Sura 18)

Hii inadhihirisha ukosefu wa elimu ya dini kwa Muhammad, kuchanganyikiwa na ujinga kuhusu mambo ya Mungu wake (ilah).

Qur'an pia inathibitisha kwamba alipoanza kuhubiri dini yake mpya, Muhammad alikuwa amepotea kimaadili, amechanganyikiwa na hakujuwa lolote kuhusu dini.

Hapa ndivyo Qur'an inavyosema:

Muhammad alipotea, kisha Allah akamwongoza:

93: 7 093.007 Na alikutana nawe ukiwa umepotea, naye akakupa uwongofu. Kabla ya hapo Muhammad alikuwa hajali:

12: 3, 42:52 012.003 Sisi tunakuelezea hadithi nzuri kabisa kwa kukufunulia (sehemu hii ya) Qur'an. Kabla ya hapo, wewe hukujua chochote.

042.052 Na hivi ndivyo tumekutumia Wahyi kwa amri yetu. Wewe hukuwa ukijua (kabla) ni nini Wahyi, na ni nini Imani. Lakini tumeifanya (Qur'an) kuwa ni Nuru, ambayo kwayo tunamwongoa atakayetaka miongoni mwa waja wetu. Na hakika wewe unaongoa kwenye Njia Iliyonyooka.

Kwa hivyo, Muhammad alijifunza misingi ya dini yake mpya kwa jinsi gani? Hapa ndipo Imrul Qays na Zayd Ibn Amr wanapojitokeza.

IMRUL QAYS

Imrul Qays

Katika Arabia ya kale, mashairi yalikuwa ni hisia kubwa. Washairi waliheshimiwa sana katika jamii, na maneno ya washairi wengi wenye ujuzi yaliheshimiwa kama maneno ya miungu. Katika nchi ya jangwa, ambayo haikuwa na burudani nyingi au nafasi za kupumzika, Waarabu wa kale walipata faraja, amani, utulivu na hata hasira ya vita na kisasi kupitia maneno ya washairi wao. Washairi walitoa chakula cha akili kwa Waarabu. Washairi saba walikuwa na mashairi yao yameandikwa kwenye ukuta wa Kaaba. Mashairi haya yalijulikana kama Muallakat au yamepandikizwa.

Kamusi ya Uislamu ya Hughes, Ukurasa wa 460 inaandika kuwa mashairi hayo pia yalijulikana kama Muzahhabat au mashairi ya dhahabu kwa sababu yalikuwa yameandikwa kwa dhahabu. Waandishi wa mashairi hayo walikuwa: Zuhair, Trafah, Imrul Qays, Amru ibn Kulsum, al-Haris, Antarah na Labid.

Miongoni mwa washairi hao Saba walio kuwa hai wakati huo na maarufu zaidi alikuwa Imrul Qays, mfalme asiye na shaka au hadithi ya mashairi ya Kiarabu. Alikuwa ni mtoto wa mfalme wa koo ya Waarabu. Kupitia upendo na shauku yake ya mashairi, alimkera baba yake na akatimuliwa kutoka kwenye Ikulu. Kuanzia hapo, aliishi maisha ya upweke kwa kuchunga Kondoo na kuendeleza upendo wake usioweza kufa kwa mashairi. Baadaye, alikuwa msafiri na aliongoza maisha yenye huzuni wakati kabila lake lilipokuwa karibu kuteketezwa katika vita vya ukabila. Alihamia sehemu mbalimbali na hatimaye alifika Constantinople. Inasemekana kuwa aliuawa na mtawala wa Kirumi wa Constantinople kwa sababu aliuteka moyo wa Malkia wa Kirumi kupitia upendo na mashairi. Aliaga dunia inatabiriwa kati ya mwaka 530-540 AD, kabla ya kuzaliwa kwa Mtume Muhammad. Mashairi yake yasiyokuwa na kifani yalikuwa mdomoni mwa Waarabu wengi, na hakika Muhammad alikariri kazi nyingi za kushangaza za Imrul Qays. Inasemekana kuwa Muhammad alimtangaza Imrul Qays kuwa mshairi mkubwa wa Kiarabu. Hakuna shaka kuwa Muhammad alikuwa na motisha kubwa ya kumwiga Imrul Qays katika aya za mapema sana za Qur'an.

Waandishi wa Qur'an mara nyingi huorodhesha Sura al-Alaq (Kipande, Sura ya 96) kama ufunuo wa kwanza wa Allah kwa Muhammad. Walakini, utafiti wa mfumo wa Qur'an unafichua kuwa madai hayo ya Surah 96 kuwa ya kwanza ni ya uongo kabisa. Kwa kweli, Kamusi ya Kiislamu ya Hughes, Ukurasa wa 485, ikinukuu vyanzo vya Kiislamu, inaandika kuwa baadhi ya Surah za mapema zaidi (kabla ya ufunuo wa kwanza, Surah ya 96) zinaweza kuwa:

99 az-Zalzalah (Tetemeko la Ardhi)
103 al-Asr (Siku Inayoyeyuka)
100 al-Adiyat (Farasi)
1 al-Fatiha (Ufunguzi)

Surah hizo zilikuwa fupi, zenye kina cha kiroho na za kusisimua. Inaweza kuwa na faida kuchunguza Surah mbili fupi kama hizo; yaani:

Surah 99 (Tetemeko la Ardhi)

099.001 Ardhi itakapopigwa na tetemeko lake kuu,

099.002 Na ardhi itakapotoa mzigo wake ndani yake,

099.003 Na mwanadamu atahisi kana kwamba amefanyiwa dhulma, (na atauliza,) "Ni nini hiki?"

099.004 Siku hiyo ardhi yake itajieleza,

099.005 Kwa kuwa Mola wake atamfunulia yaliyojiri.

099.006 Siku hiyo watu watatoka kwa makundi tofauti kuwaonyeshwa vitendo vyao.

099.007 Basi atakayefanya uzito wa chungu kidogo cha kheri, ataliona.

099.008 Na atakayefanya uzito wa chungu kidogo cha shari, ataliona.

Surah 103 (Siku Inayoyeyuka)

103.001 Naapa kwa muda uliopita,

103.002 Hakika mwanadamu yupo katika hasara,

103.003 Ila wale walioamini na wakatenda mema, na wakausiana haki na uvumilivu.

W. St. Calir-Tisdall, mwandishi wa makala maarufu The Origin of Islam (Asili ya Uislamu) (Asili za Qur'an, Uk. 235-236), kwa kulinganisha aya mbili kutoka Saba Muallaqat, anapata mfano wa karibu sana na aya kutoka Qur'an. Baadhi ya aya hizi ni:

054.001 Saa imekaribia na mwezi umesambaratika.

093.001 Naapa kwa Alfajiri yenye utukufu,

Kwa kuelezea aya ya 54.1, W. St. Clair-Tisdall anaandika:

Ilikuwa desturi ya wakati huo kwa waandishi na wafasiri kuweka maandishi yao kwenye Kaaba; na tunajua kwamba Muallaqat saba zilifanyiwa hivyo. Tunaelezwa kwamba Fatima, binti wa Mtume, siku moja alikuwa akirejelea aya iliyotajwa hapo juu. Wakati huo huo, alikutana na binti ya Imrul Qays, ambaye aliita, "Hilo ndilo ambalo baba yako amechukua kutoka kwa moja ya mashairi ya baba yangu, na anaiita kitu ambacho kimekuja kwake kutoka mbinguni." Hadithi hii imekuwa ikisimuliwa sana kati ya Waarabu hadi sasa.

Hivyo, uhusiano kati ya mashairi ya Imrul Qays na baadhi ya aya za mapema za Qur'an ni dhahiri sana. Kuhusiana na hili, W. St. Clair-Tisdall anaongeza (The Origins of the Qur'an, Ukurasa 236):

Uhusiano kati ya mashairi ya Imrul Qays na Qur'an upo wazi sana kwa Waislamu kiasi kwamba hawawezi kufikiria kwamba walikuwa wametofautiana! Kwahiyo, jibu sahihi ni lipi? Kwamba maneno yalichukuliwa kutoka kwa Qur'an na kuingizwa kwenye shairi? Hiyo haiwezekani. Au kwamba mwandishi wa hayo Mashairi hakuwa Imrul Qays, bali mtu mwingine, ambaye, baada ya kuonekana kwa Qur'an, alikuwa na ujasiri wa kuzitaja kama zinavyoonekana hivi sasa? Hiyo ni ngumu sana kuthibitisha!

Kwa kweli, neno Allah linapatikana katika Muallaqat pamoja na Diwani ya mshairi Labid. Kwahiyo, wakati Waislamu wanadai kwamba Qur'an ni maneno ya Allah, je, wanamaanisha kwamba Allah aliiga aya za Qur'an kutoka kwa Imrul Qays?

Sasa tutaangalia kwa kifupi mchango wa Zayd Ibn Amr katika uandishi wa Qur'an Takatifu.

Bibliografia

Al-Qur'an Al-Kareem, toleo la mtandao la tafsiri tatu za Kiingereza zinaweza kusomwa katika:

http://www.usc.edu/dept/MSA/Qur'an/

Ali, Abdullah Yusuf, Al-Qur'an: Tafsiri na Ufafanuzi, Amana Corp., Brentwood, Maryland, 1983. al-Bukhari, Muhammad bin Ismail, Sahihi Al-Bukhari, imefasiriwa kwa Kiingereza na Dk. Muhammad Muhsin Khan:

[http://www.usc.edu/dept/MSA/fundamentals/hadi thsunnah/bukhari/]

Muslim, Abu al-Hussain bin al-Hajjaj al-Qushairi, Sahihi Al-Muslim, imefasiriwa kwa Kiingereza na Adul Hamid Siddiqui:

[http://www.usc.edu/dept/MSA/fundamentals/hadi thsunnah/muslim/]

Hughes, Patrick Thomas, Kamusi ya Kiislamu; ilichapishwa mara ya kwanza mwaka 1886; nakala ya hivi karibuni ilichapishwa tena na Kazi Publications Inc, Chicago, 1994.

The Origins of the Koran, iliyohaririwa na Ibn Warraq, Prometheus Books, Amherst, New York, 1998.

Ibn Ishaq, Muhammad bin Yasr, Sirat Rasul Allah, imefasiriwa kwa Kiingereza na A. Guillaume; kwanza ilichapishwa na Oxford University Press, London mwaka 1955; ilichapishwa upya mara kumi na tano na Oxford University Press, Karachi, Pakistan, 2001.

Ibn Sad, Abu Abd Allah Muhammad, Kitab al-Tabaqat, juzuu ya kwanza, imefasiriwa kwa Kiingereza na S. Moinul Haq, Kitab Bhavan; 1784, Kalam Mahal, Daraya Ganj, New Delhi, India, 1972.

Ibn Sad, Abu Abd Allah Muhammad, Kitab al-Tabaqat, juzuu ya pili, imefasiriwa kwa Kiingereza na S. Moinul Haq,

Kitab Bhavan; 1784, Kalam Mahal, Daraya Ganj, New Delhi, India, 1972.

Ibn al-Kalbi, Hisham, Kitab Al-Asnam (The Book of Idols), imefasiriwa kwa Kiingereza na Nabih Amin Faris, Princeton University Press, 1952. [http://www.answering-islam.org/Books/Al-Kalbi/index.htm]

Al-Misri, Ahmed bin Naqib, Reliance of the Traveller (Umdat al-Salik), toleo lililorekebishwa, imefasiriwa na Nuh Ha Mim Keller, Amana Publications, Bettsville, Maryland, 1999.

Zayd bin Amr bin Naufal

Wakati wa Maisha ya Muhammad, harakati ya kidini ya kupinga upagani ilikuwa ikichukua sura. Iliyoongozwa na kikundi cha watu wenye mawazo huru, kikundi hiki kilikataa upagani, na ili kutimiza mahitaji yao ya kiroho, walikuwa wanatafuta dini mbadala. Walijulikana kama Hanifites au Hanifs.

Kamusi ya Kiislamu (Hughes Dictionary of Islam, pp.161-162) inaandika kuwa maana ya awali ya Hanif ilikuwa mgeuzwa au mchawi [aina fulani ya mtu aliyemwacha Mwenyezi Mungu].

Maana zingine za Hanif ni:

1. Mtu yeyote aliye mwaminifu katika kuelekea kwake kwa Uislamu
2. Mwaminifu wa imani
3. Mtu ambaye ni wa dini ya Abrahamu.

W. St. Clair-Tisdall (The Sources of Islam, The Origins of the Koran, ukurasa wa 289) anaandika:

Hapo mwanzoni, Neno Hanif, lilimaanisha mtu mchafu au mtu aliyeasi, na hivyo kutumiwa na Waarabu wa Zayd walioabudu miungu ya kipagani.

Kwa kipindi fulani, Muhammad alitumia neno Hanif, kwanza kwa dini ya Abraham, kisha kwa muumini yeyote mwaminifu wa Uislamu. Kwahiyo, Waislamu wanatarajiwa kuwa Hanifs, wafuasi wa Zayd walijulikana hivyo! Katika makala hiyo hiyo, W. St. Clair-Tisdal (ibid)) anaandika zaidi, Jina lilimpendeza Mtume wa Allah na kulitumia kwa maana njema.

Kulingana na Ibn Ishaq (Ibn Ishaq, Ukurasa wa 99), waasi (Hanifs) mashuhuri zaidi huko Mecca wakati wa Muhammad walikuwa:

1. Waraqa B. Naufal: alikuwa Mkristo
2. Ubaydullah B. Jahsh: alikuwa Mkristo baada ya kukimbilia Abyssinia. Mke wake alikuwa Umm Habiba B. Abu Sufyan ambaye Muhammad alimuoa baadaye
3. "Uthman B. al-Huwayrith. Baadaye alikwenda kwa kaisari wa Byzantine na akawa Mkristo."
4. "Zayd B. Amr B. Naufal aliacha upagani akisema kwamba anamuabudu Mungu wa Ibrahimu."

Waraqa alikuwa binamu wa Khadija, mke wa kwanza wa Muhammad. Baadhi ya waandishi wanadai kuwa alikuwa Myahudi kabla ya kuwa Mkristo. Ubaydullah alikuwa mjukuu wa Abd al-Muttalib na Uthman B. al-Huwayrith alipewa cheo kikubwa katika mahakama ya Bizanti ya Syria.

Ni Zayd B. Amr pekee aliyebaki kuwa Hanif wa kweli. Alikuwa akisema (Ibid, Ukurasa wa 287), "Mimi namwabudu Mungu wa Ibrahimu, lakini nalilaumu kabila langu kwa kuchagua njia mbaya."

Kwa mujibu wa W. St. Clair-Tisdal (The Sources of Islam, The Origins of the Koran, Uk. 229-230), Zayd alikuwa akifanya ibada kila mwaka katika pango karibu na Makkah, na bila shaka tabia hii ilimvutia Muhammad ambaye nayeye alikuwa akitembelea mahali hapo hapo kwa ajili ya utulivu na tafakari peke yake.

Ibn Ishaq (Ibn Ishaq, Uk. 99-100) anaandika kwamba wakati Zayd B. Amr alipokuwa akielekeza maombi yake Kabah alikuwa akisema "Labbaka wa kweli, kwa ibada na utumishi."

Zayd pia alikuwa akichukizwa na kuchinja wanyama kwa ajili ya masanamu na alilaani desturi ya kipagani ya kuzika watoto wa kike wachanga walio hai (hii, nadhani, ilikuwa desturi ya nadra sana - kwa sababu hakuna kesi hata moja ya kuzika mtoto wa kike hai iliyotajwa katika Qur'an au Ahadith: vitabu hivi vinazungumzia kwa ujumla desturi hii ya kipagani bila kutaja kesi yoyote maalum ya kuzika mtoto hai).

Amina, binti wa Abu Bakr, aliwahi kumuona Zayd B. Amr akiwa mzee sana ndani ya Kabah. Kuhusu hili, Ibn Ishaq anaandika (Ibn Ishaq, Ukurasa 99-100):

Hisham B. Urwa kutoka kwa baba yake kupitia kwa mama yake Asma D. Abu Bakr alisema kuwa alimwona Zayd akiwa mzee sana akiinama juu ya Kabah na kusema, "Enyi Waquraishi, kwa yule ambaye roho yake iko mikononi mwa Zayd, hakuna mmoja wenu anayefuata dini ya Ibrahimu isipokuwa mimi. Kisha alisema, "Ewe Mungu, kama ningalijua jinsi unavyotaka kuabudiwa, ningeabudu kwa njia hiyo; lakini sijui." Kisha aliinama juu ya mikono yake.

Rekodi za kihistoria hazitaji kwa uwazi kilichotokea kwa Zayd B. Amr. Hata hivyo, Ibn Ishaq anaandika kwamba baba wa Khalifa Umar, al-Khattab (Umar B. Al-Khattab alikuwa mpwa wa Zayd) alimsumbua sana Zayd B. Amr na hatimaye akauawa. Nani aliyemuua Zayd? Hiyo ni siri kubwa sana. Hapa ndipo Ibn Ishaq (Ibn Ishaq, p.102) Anaandika:

Wakati al-Khattab (baba wa Umar) alipomsumbua sana Zayd bin Amr hata akalazimika kuondoka sehemu ya juu ya Makkah na akasimama katika mlima wa Hira ukielekea mji. Zayd angeweza kutembelea Makkah kwa siri tu.

Kisha Zayd akaondoka Makkah akitafuta dini ya Ibrahimu akaenda kupitia Syria yote. Kisha Zayd akarudi Makkah lakini akauawa.

Kama nilivyoandika hapo awali, kwa sababu ya msimamo wake usiobadilika kuhusu harakati ya Hanifite na kwasababu ya matamshi yake ya dharau juu ya upagani, Waquraishi walimfukuza Zayd B. Amr kutoka Makkah na akazuiwa kuishi huko. Alikuwa mtu mwenye kufukuzwa na kutengwa vibaya, aliyekataliwa kabisa na sehemu kubwa ya Waquraishi. Alikuwa akilazimika kuishi kwenye pango la mlima Hira, upande wa pili wa mji. Muhammad, akiwa mtu wa pekee wakati huo, alikuwa akikutana na Zayd katika pango la Hira.

Ibn Ishaq pia anaandika kwamba Malaika Jibril alikuwa akimtembelea Muhammad katika pango la Hira. Tukizingatia ukweli kwamba mara nyingi Muhammad alikiri kwamba Jibril, kwa mara nyingi alikutana na Muhammad akiwa kama binadamu, ni jambo la kawaida kwamba wakati Muhammad alipomtembelea Zayd B. Amr mara nyingi kujifunza dini mpya ya Hanif, aliwaza kuwa Zayd ndie malaika Jibril. Pia ni jambo linalowezekana kwamba Zayd B. Amr alipendezwa kumfundisha Muhammad jinsi ya kusoma (na kuandika) mashairi yake ambayo baadaye yalikuwa aya za Qur'an!

Ibn Ishaq (Ibn Ishaq, uk. 105) anaandika kuwa Muhammad alikuwa akisali peke yake kwa mwezi mmoja kila mwaka katika Hira ili kufanya tahnanuth, mazoea ya kipagani (hivyo kuthibitisha tena asili ya kipagani ya Muhammad). Kwa mujibu wa Waquraishi, tahannuth ilimaanisha utawa wa kidini.

Sahih Bukhari inathibitisha kuwa Muhammad alikutana na Zayd B. Amr katika Bonde la Mlima Hira.

Muhammad anakutana na Zayd B. Amr na kumpa nyama iliyochinjwa kwa ajili ya sanamu (Sahih Bukhari, 7.67.407, 5.58.169)

Kitabu cha 7, Hadithi ya 67, Nambari 407:

Imepokelewa na 'Abdullah:

Mtume wa Allah alisema kwamba alikutana na Zaid bin 'Amr B. Nufail karibu na Baldah na hii ilitokea kabla ya Mtume wa Allah kupata Ufunuo wa Kiungu. Mtume wa Allah alimpa Zaid bin 'Amr sahani ya nyama (ambayo imewekwa mezani kwa ajili yake na watu wa kipagani), lakini Zaid alikataa kula na kisha akasema (kwa watu wa kipagani), "Sili chochote kinachochinjwa kwenye madhabahu yenu ya mawe (Ansabs) wala sili chochote isipokuwa ambacho jina la Allah limekumbukwa wakati wa kuchinja."

Kitabu cha 5, Hadithi ya 58, Nambari 169:
Imepokelewa na 'Abdullah Bin 'Umar:

Mtume alikutana na Zaid Bin 'Amr bin Nufail chini kabisa mwa (bonde la) Baldah kabla ya kupata Ufunuo wa Kiungu. Chakula kililetwa mbele ya Mtume lakini alikataa kula kutoka kwake. (Kisha chakula kililetwa kwa Zaid) ambaye alisema, "Sili chochote mnachochinja kwa jina la masanamu yenu. Sili chochote ila vitu ambavyo jina la Allah limekumbukwa wakati wa kuchinja." Zaid bin 'Amr alikuwa akikosoa njia ya Waquraishi ya kuchinja wanyama wao, na alikuwa akisema, "Allah ameumba Kondoo na amewatumia maji kutoka mbinguni na amekuza nyasi kwa ajili yao kutoka kwenye ardhi; lakini nyinyi mnawachinja kwa jina lisilo la Allah. Alisema hivyo, kwa sababu alikataa mazoea hayo na aliyaona kama kitu cha kuchukiza.

Imepokewa kutoka kwa Ibn 'Umar:

Zaid Bin 'Amr bin Nufail alikwenda Sham, akiulizia dini sahihi ya kufuata. Alipokutana na mwanazuoni wa Kiyahudi, aliuliza kuhusu dini yao. Mwanazuoni huyo alisema, "Hutaukubali Uislamu wetu hadi upate sehemu yako ya hasira za Allah." Zaid alisema, "Sikimbii kitu ila hasira za Allah, na sitavumilia hata kiasi kidogo cha hasira yake ikiwa ninao uwezo wa kuepuka. Je, unaweza kuniambia dini nyingine?"

Mwanazuoni huyo akajibu, "Sijui dini nyingine ila Hanif." Zaid akamuuliza, "Hanif ni nini?" Mwanazuoni huyo akajibu, "Hanif ni dini ya (mtume) Ibrahim, ambaye wala si Myahudi wala Mkristo, na alikuwa akimuabudu Allah pekee." Kisha Zaid akaenda na kukutana na mwanazuoni Mkristo na kumwambia kama alivyomwambia yule Myahudi. Mkristo akajibu, "Hautaikubali dini yetu hadi upate sehemu ya laana za Allah." Zaid akajibu, "Sikimbii kitu ila laana na hasira za Allah, na sitavumilia yoyote kati ya hizo ikiwa ninao uwezo wa kuepuka. Je, unaweza kunieleza dini nyingine?" Mkristo akajibu, "Sijui dini nyingine ila Hanif." Zaid akamuuliza, "Hanif ni nini?" Mkristo akajibu, "Hanif ni dini ya (mtume) Ibrahim, ambaye wala si Myahudi wala Mkristo, na alikuwa akimuabudu Allah pekee." Baada ya Zaid kusikia taarifa hizi kuhusu (dini ya) Ibrahim, aliondoka mahali pale, na alipotoka, aliinua mikono yake yote na kusema, "Ewe Allah! Nakuweka kuwa shahidi yangu kuwa niko kwenye dini ya Ibrahim."

Imepokewa kutoka kwa Asma bint Abi Bakr:

Nilimwona Zaid Bin Amr bin Nufail akiwa amesimama na mgongo wake ukiwa umeegemea Ka'ba, na akisema, "Enyi watu wa Waquraishi! Naapa kwa Allah, hakuna yeyote kati yenu aliye kwenye dini ya Ibrahim isipokuwa mimi." Alikuwa akilinda maisha ya watoto wa kike: Ikiwa mtu alitaka kumuua binti yake, Zaid alimwambia, "Usimwue binti yako, nitamlisha na kumtunza kwa niaba yako." Basi, alimchukua huyo mtoto, na alipokua vizuri, alimwendea na kumwambia baba yake, "Kama sasa unataka nimrudishe binti yako, nitakupa, na kama utapenda niendelee kumtunza, nitamlisha kwa niaba yako."

Hadithi ya kwanza inatuambia kitu kuhusu upagani wa Muhammad, alipokuwa labda anakula nyama iliyotolewa kwa masanamu na washirikina (hivyo kuthibitisha maneno ya Hisham ibn al-Kalbi, tazama Sehemu ya kwanza ya maandishi haya), lakini Zayd B. Amr alikataa kabisa kula nyama yoyote iliyochinjwa kwa jina la masanamu. Muhammad alijifunza kutoka kwa Zayd kutokula nyama ya washirikina (au nyama ya Haramu). Hadithi ya pili inaonekana inapingana na Hadithi ya kwanza (7.67.407) kuhusu kula nyama ya washirikina au Haramu kwa Muhammad. Hata hivyo, tukifikiria kidogo kuhusu Hadithi hii tunajifunza kwamba Muhammad alijifunza kwa Zayd kuto kula nyama ya Haram; Na kutoka kwa Zayd, Muhammad pia alipata wazo kwamba Allah ni Mungu wake (yaani wa Muhammad). Je, hatuwezi kuhitimisha kwamba, wazo la Uislamu wa kweli lilikuja kutoka kwa Zayd? Katika maisha ya Muhammad yaliyoandikwa na Ibn Ishaq, tunapata aya kadhaa za mashairi yaliyoandikwa na Zayd ambayo ni sawa kabisa na baadhi ya aya za Qur'an. Kwahiyo, je, huoni kwamba baada ya kuuawa kwa Zayd, kwa njia ya kutatanisha na isiyo ya kawaida; Muhammad alikabidhiwa jukumu la Zayd la kueneza, falsafa, mashairi pamoja na kazi ya kueneza Hanifism?

Ibn Sad (Ibn Sad, Juzuu ya Kwanza, Ukurasa wa 185) Anaandika kwamba wakati Muhammad anaanzisha Uislamu, mtu mmoja aliyesilimu alimwambia Muhammad kuhusu maneno ya Zayd ibn Amr na Muhammad akamjibu, nimemwona Zayd peponi akiinua Kanzu yake. Hii inathibitisha kwamba Muhammad alitambua utakatifu na mchango wa Zayd kuelekea dhana ya Uislamu au Hanifism.

Vifungu vifuatavyo kutoka kwa mwanahistoria wa Kiislamu Ibn Sad (Ibn Sad, Juzuu ya Kwanza, Ukurasa 185) vinaonyesha kwamba Muhammad alipata wazo la Uislamu kutoka kwa Zayd B. Amr:

Zayd Ibn Amr Ibn Nufayl alisema: Nilinusa Ukristo na Uyahudi lakini sikuupenda. Nilienda Syria na maeneo yake jirani hadi nilipokuwa mgeni kati ya watu wangu na kuchukizwa na ibada ya sanamu, Uyahudi na Ukristo.

Alinijibu: Naona unatafuta itikadi ya Ibrahimu. Ewe ndugu yangu wa Makka! Unatafuta itikadi ambayo haifuatwi tena hivi sasa. Ni itikadi ya babu yako Ibrahimu na ndiyo imani ya kweli. Yeye (Ibrahimu) hakuwa Myahudi wala Mkristo. Aliabudu na kusujudu kuelekea nyumba hii (Kabah) ambayo iko katika mji wako. Basi rudi mji wako. Atarejesha imani ya kweli ya Ibrahimu na yeye ndiye mwenye heshima zaidi ya viumbe vya Allah.

Inasemekana wazi kuwa Zayd mwenyewe aliandika Surah chache (labda karibu Surah 30, lakini si kwa mpangilio wa kihistoria), ikiwa ni pamoja na zile ambazo zina Haneefship ya Abraham. Baadhi ya aya hizo ni:

002.135 Wanasema: "Kuweni Wayahudi au Wakristo ikiwa mnataka kuongoka (Kwa wokovu)." Waambie: "Hapana! (Ningependa) Dini ya kweli ya Abraham, ambaye hakuwa na ushirika pamoja na Allah." [Qur'an ya awali inasema Haneefan, marejeo ni yangu]

003.067 Abraham hakuwa Myahudi wala Mkristo; lakini alikuwa mwaminifu katika Imani yake, na alijiweka chini ya mapenzi ya Allah (ambayo ni Uislamu), na hakuwa na ushirika pamoja na Allah. [Qur'an ya awali inasema Haneefan, marejeo ni yangu]

003.095 Waambie: "Allah ananena kweli: fuateni Dini ya Abraham, ambaye alikuwa na imani thabiti; hakuwa miongoni mwa washirikina." [Qur'an ya awali inasema Haneefan, marejeo ni yangu]

004.125 Nani anaweza kuwa bora katika dini kuliko yule anayejisalimisha kikamilifu kwa Allah, anatenda mema, na anafuata njia ya Abraham wa kweli katika Imani? Kwa kuwa Allah alimchagua Abraham kuwa rafiki yake. [Qur'an ya awali inasema Haneefan, marejeo ni yangu]

006.161 Waambie: "Hakika, Bwana wangu ameniongoza kwenye njia iliyo nyooka, - dini sahihi, - njia (zilizotembelewa) na Abraham wa kweli katika Imani, na yeye (hakika) hakuwa na ushirika pamoja na Allah." [Qur'an ya awali inasema Haneefan, marejeo ni yangu]

006.079 "Mimi nimeelekeza uso wangu, kwa nguvu na kwa kweli, kwa Yeye Aliyeumba mbingu na ardhi, na kamwe sitamshirikisha Allah." [Qur'an ya awali inasema Haneefan, marejeo ni yangu]

016.120 Hakika Abraham alikuwa mfano wa kuigwa, aliyejitolea kwa Allah kwa unyenyekevu, (na) akiwa na Imani ya kweli, na hakuwa na ushirika pamoja na Allah: [Qur'an ya awali inasema Haneefan, marejeo ni yangu]

010.105 "Na zaidi ya hayo (hivi): 'elekeza uso wako kwa dini kwa uchaji wa kweli, na kamwe usiwe katika makafiri; [Qur'an ya awali inasema Haneefan, marejeo ni yangu]

022.031 Kuwa mwaminifu kwa Allah, na usimshirikishe na yeyote: yeyote atakayemshirikisha Allah ni kama ameanguka kutoka mbinguni na kunaswa na ndege, au upepo ukamchukua na kumtupa mahali pa mbali sana. [Qur'an ya awali inasema Hunafaa, maelezo ni yangu]

098.005 Na hawakuamrishwa zaidi ya hivi: Kumwabudu Allah kwa kumtii kwa ikhlasi, kuwa wa kweli (katika imani); kusimamisha sala za wakati; na kutoa sadaka; na hii ndiyo Dini iliyonyooka. [Qur'an ya awali inasema Hunafaa, maelezo ni yangu]

030.030 Basi elekeza uso wako kwa dini ya haki, (uwe) mwaminifu kwa Allah kulingana na mfano ambao Amewaumba wanadamu: hakuna mabadiliko katika kazi ya Allah. Hii ndiyo Dini iliyonyooka, lakini wengi kati ya wanadamu hawaijui. [Qur'an ya awali inasema Haneefan, maelezo ni yangu]

Kama ilivyotajwa awali, Zayd Ibn Amr alikuwa kinyume kabisa na desturi ya kipagani ya kuzika watoto wa kike hai. Qur'an inataja desturi hiyo ya Waquraishi mara tatu tu.

Aya hizo ni:

016.058 Anaposikia habari ya mtoto wa kike kuzaliwa, uso wake unageuka na anajawa na majonzi!

017.031 Msiue watoto wenu kwa hofu ya umaskini: Tutawapa riziki wao na nyinyi pia. Kwa kweli kuwaua ni dhambi kubwa.

081.008 Anapoulizwa kuhusu mtoto wa kike aliyezikwa hai –

081.009 Kwa kosa gani ameuawa?

Inaonekana wazi kuwa aya zilizotajwa hapo juu zilikuwa zimehamasishwa na Zayd B. Amr na huenda ziliandikwa na yeye pia. Baadaye, wakati Zayd alipofariki, Muhammad alizitangaza kama ufunuo wa Allah kwake.

Mifano hiyo inaonyesha kuwa Muhammad alikopia hadithi, dhana, na mtindo wa Zayd Ibn Amr katika uandishi wa Qur'an.

SEHEMU YA TATU
BAADHI YA MASHAIRI ALIYO NUKUU MUHAMMAD NA KUDAI NI AYA ZA ALLAH

Baada ya kujifunza kuwa Muhammad alinukuu Mashairi ya watu wengine kwenye Sehemu ya 2 ya safu hii. Basi tuangalie mashairi ya Zayd B. Amr niliyoyataja katika Sehemu ya 2. Nilisema kuwa mashairi hayo yanafanana sana na baadhi ya aya za Qur'an.

Awali, sikunukuu mashairi hayo ili kuweka somo hili kuwa fupi na isiwachoshe wasomaji (pamoja na kutovunja sheria za hakimiliki). Hapa kuna baadhi ya mashairi kutoka kwa Zayd. Kwa maelezo zaidi, tafadhali rejea hadithi ya Ibn Ishaq ya Muhammad (angalia bibliografia).

ZAYD B. AMR

Ibn Ishaq (Ukurasa wa 100-101)
Zayd B. Amr. B. Nufayl aliandika shairi lifuatalo kuhusu kuondoka kwa watu wake na mateso aliyoyapata kutoka kwao:
Je! Nitamwabudu Bwana mmoja au elfu?
Iwapo kuna wengi kama vile unavyodai,
Naacha kumwabudu al-Lat na al-Uzza wote wawili
Kama mtu mwenye akili nzuri.
Sitamwabudu al-Uzza na mabinti wake wawili,
Wala sitatembelea picha mbili za Banu Amr.
Sitamwabudu Hubal ingawa alikuwa bwana wetu
Katika siku zile nilipokuwa sina akili nyingi.
Nilijiuliza (kwanini usiku mambo mengi huwa ajabu

Yaliyo wazi wakati wa mchana kwa mwenye uelewa),
Kwamba Mungu ameangamiza watu wengi.
Ambao vitendo vyao vilikuwa vibaya kabisa
Na kuwaokoa wengine kwa sababu ya uchaji wa watu
Ili mtoto mdogo aweze kuwa mtu mzima.
Mtu anaweza kuteseka kwa muda na kisha kupona
Kama tawi la mti linaanza kuishi baada ya mvua.
Ninamtumikia Bwana wangu mwenye huruma
Ili Bwana mwenye kusamehe aweze kusamehe dhambi
yangu,
Kwa hivyo, endelea kuwa na hofu ya Mungu, Bwana wako;
Ukiendelea kushikamana na hilo, hutaharibika.
Utawaona wacha Mungu wakiishi bustanini,
Wakati kwa makafiri moto wa Jehannamu unawaka.
Wakiwa na aibu katika maisha yao, watakapokufa
Mioyo yao itakata tamaa katika dhiki.
      Zayd alisema pia: (143)
Kwa Mungu naweza kutoa sifa na shukrani yangu,
Neno hakika lisilopotea kwa muda wote,
Kwa Mfalme wa mbinguni hakuna Mungu zaidi yake,
Na hakuna bwana anayeweza kumkaribia.
Jihadharini, enyi watu, na yanayofuatia kifo!
Hakuna chochote unachoweza kuficha kutoka kwa Mungu.
Jihadharini kuweka mwingine kando na Mungu,
Kwani njia iliyonyooka imekuwa wazi.
Wengine wanamtumaini jini,
lakini mimi ninakuomba furaha,
Wewe Mungu wangu, ndiwe Bwana wetu na tumaini letu.
Nimeridhika na wewe, Ee Mungu, kama Bwana wangu,
Na sitaabudu mungu mwingine zaidi yako.
Wewe kwa wema na huruma yako
Ulituma mjumbe kwa Musa kama mjumbe.
Ulisema kwake, Nenda wewe na Harun,

Na waiteni Farao mtawala mbabe amkimbia Mungu Na umwambie,
Je! Ulieneza hii (ardhi) bila msaada,
Mpaka ilisimama imara kama ilivyo?
Mwambie Je! Uliinua hii (mbingu) bila msaada?
Kisha ulikuwa fundi mzuri! Mwambie
Je! Uliweka mwezi katikati yake Kama nuru ya kuongoza wakati usiku ulipofunika?
Mwambie, Nani alituma jua wakati wa mchana
Hivyo ardhi iliyoguswa ilionyesha utukufu wake?
Mwambie, Nani alipanda mbegu katika vumbi Ili mimea itakue na kuwa kubwa?
Na kuleta mbegu zake kwenye kichwa cha mmea?
Huko kuna ishara za ufahamu.
Wewe kwa wema wako ulimwokoa Yunus
Ambaye alitumia usiku ndani ya tumbo la samaki.
Ingawa ninatukuza jina lako, mara nyingi ninarejea
Ee Bwana wa viumbe, toa zawadi na huruma yako kwangu
Na ubariki wana wangu na mali yangu.

[(143) Maelezo ya Ibn Hishams (ibn Ishaq Uk. 713): Mashairi haya kimsingi yanahusiana na wimbo wa Umayya B. Abul-Salt, isipokuwa kwa mashairi ya kwanza mawili, ya tano, na ya mwisho. Nusu ya pili ya shairi la kwanza haipatikani kutoka I.I.]

Hapa kuna shairi lingine kutoka kwa Zayd B. Amr (ibn Ishaq, Uk. 102):

Na Zayd akasema:

Namtii Yule ambaye Ardhi yenye miamba mikubwa inamtii.
Aliitandaza na alipoona imekaa Juu ya maji, akaiweka milima juu yake.
Namtii Yule ambaye mawingu yenye
Maji matamu yanamtii Wakati yanapelekwa kwenye ardhi,
Yanamwagika kuwa mvua tele kwa unyenyekevu.

Baada ya Zayd bin Amr kuuawa, rafiki yake Waraqa bin Naufal bin Asad (yaani, binamu wa Khadija) aliandika hivi kumkumbuka (ibn Ishaq, uk.103):

Ewe Ibm Amr, ulikuwa kwenye njia sahihi kabisa,
Umeepuka tanuru la moto wa Jehannamu
Kwa kumtumikia Mungu mmoja pekee
Na kuacha sanamu za kipumbavu.
Na kwa kupata dini uliyoitafuta
Huku ukikumbuka umoja wa Mola wako
Umejipatia makaazi ya fakhari ambayo utafurahia ukarimu wako.
Utapata huko rafiki wa Mungu,
Kwa kuwa hukuwa mkaidi aliyestahili Jehannamu,
Kwani rehema za Mungu zinafika kwa watu,
Hata wawe katika mabonde sabini chini ya ardhi.

Maelezo ya chini:
Wilaya ambayo Amman ulikuwa mji mkuu wake.
Taarifa ya Ibn Hisham (146):

Mashairi ya kwanza mawili ya kipande hiki yanatolewa kwa Umayya bin Abu al-Salt na shairi la mwisho linapatikana katika moja ya mashairi yake. Maneno sanamu za kipumbavu hayana mamlaka ya I.I.

[Sababu ya kunukuu mashairi ya Waraqa ni kuonyesha urafiki mkubwa kati ya Zayd bin Amr na Waraqa uliomsukuma Muhammad kuendeleza heshima na shukrani kwa kile Zayd bin Amr aliamini kwa dhati, alisimama kwa uthabiti na hatimaye akafa kwa ajili yake. Aliazimia kumuiga Zayd bin Amr, mwaminifu mkubwa wa Waraqa na Khadija. Ukumbuke? Khadija alikuwa mke wa kwanza wa Muhammad na msaada wake kipekee.]

Hasan B. Thabit

Hasan B. Thabit alikuwa mshairi rasmi wa Muhammad. Aliandika Diwani, mkusanyiko wa mashairi ya kale ya Kiarabu. Muhammad alipohamia Madina, alimfanya Hasan B. Thabit awe mshairi wake rasmi. Walakini, Hasan B. Thabit alikuwa na tabia zake. Ingawa alikuwa mshairi wa binafsi wa Muhammad, alikuwa na chuki kubwa kwa Waislamu. Katika ukurasa wa xxviii wa Sirat Rasul Allah, mkalimani, Profesa Alfred Guillaume anaandika kwamba Hasan B. Thabit alikuwa hapendi idadi inayoongezeka ya Waislamu. Aliwachukulia Waislamu wasiokuwa na makazi kama kero isiyopungua. Hakumkirimu yeyote kati ya Muhajirin, wala hakuwa ndugu yao.

Inawezekana kabisa kwamba Hasan B. Thabit alikuwa mshairi aliyeajiriwa (aina fulani ya mwandishi wa habari) wa Muhammad aliyelipwa kuandika mashairi kulingana na maelekezo ya Muhammad. Hii inaweza kuthibitishwa kutoka katika Ahadith. Hapa kuna baadhi ya mifano:

Kutoka Sahih Bukhari: Muhammad aliridhia Hassan B. Thabit kusoma mashairi katika Msikiti 4.54.434 Kitabu cha 4, Hadithi ya 54, Nambari ya 434: Imeelezwa na Sa'id bin Al-Musaiyab: 'Umar alikuja Msikitini wakati Hassan alikuwa anasoma shairi. ('Umar hakukubaliana na hilo). Hassan akasema, "Nilikuwa ninasoma mashairi katika Msikiti huu huu mbele ya mtu (yaani, Mtume) aliye bora kuliko wewe." Kisha akamgeukia Abu Huraira na kumwambia, "Naomba kwa Allah, je, umemsikia Mtume wa Allah akisema (kwangu), "Jibu kwa niaba yangu. Ee Allah! Msaidie (yaani Hassan) kwa Roho Mtakatifu?" Abu Huraira akasema, "Ndiyo." Hadithi hii inaonyesha waziwazi kwamba Hasan alikuwa akitengeneza mashairi kwa ajili ya Muhammad yasomwe msikitini. Je, mashairi hayo hayakuwa baadhi ya Surah za Qur'an?

Muhammad alimuagiza Hassan, mwandishi wa mashairi, kuwatukana washirikina na wapagani. Hadithi Juzuu ya 4, Kitabu Cha 54, Namba 435: Al Bara

Anasema: Mtume alimwambia Hassan, "Watukane (yaani, washirikina na wapagani) na Jibril yuko pamoja nawe." Hadithi hii inaonyesha kuwa Hasan bin Thabit alikuwa akiandika mashairi kulingana na mapendeleo na kutokupenda kwa Muhammad kama vile Qur'an ilivyoundwa kwa ufunuo wa Allah kupitia Jibril. Hassan bin Thabit aliwatukana makafiri isipokuwa Muhammad, kama ilivyoelezwa katika hadithi ya Juzuu 4, Kitabu 56, Namba 731, na alikuwa mshairi aliyelipwa na aliyekuwa akitunga Qur'an. Muhammad alimwomba Hassan awatukane Wayahudi wa Bani Qurayzah kupitia mashairi yake, kama ilivyoelezwa katika hadithi ya Sahih Bukhari: 5.59.449,

Juzuu 5, Kitabu 59, Namba 449. Kitabu cha Sahih Muslim kinashuhudia kuwa Abu Talha alitoa mali zake zenye thamani kwa wapwa wake, yaani Hassan bin Thabit na Ubayy B. Kab, kama malipo kwa kumwandikia Muhammad aya za Qur'an kupitia mashairi yake na msaada wa Jibril, kama ilivyoelezwa katika hadithi ya Kitabu 005, Namba 2186.

Baada ya Hassan bin Thabit kupofushwa, alikuwa akitumia muda wake katika nyumba ya Aisha. Aisha alimpenda sana kwa sababu aliandika majibu makali kupitia mashairi yake kwa niaba ya Muhammad, kama ilivyoelezwa katika hadithi ya 31.6077.

Kitabu 031, Nambari 6077: Masruq aliripoti: Nilimtembelea 'A'isha wakati Hassin alikuwa ameketi hapo na kusoma aya kutoka kwa mkusanyiko wake: Ana ucha Mungu na busara. Hakuna uwongo juu yake na anainuka mapema asubuhi bila kula nyama ya wasio na akili. 'A'isha akasema: Lakini wewe si hivyo. Masruq akasema: Nilimwuliza: Kwanini unamruhusu kukuona, huku Allah akisema: "Na mwenye kuichukua dhambi kubwa miongoni mwenu tutamwadhibu vibaya" (XXIV II)? Akajibu: Ni adhabu gani kali zaidi ya hii aliyopata ya kupofuka? Aliandika mashairi ya kejeli kwa niaba ya Mtume wa Allah (rehma na amani zimshukie). Hivyo ndivyo Hasan bin Thabit alivyomuokoa Muhammad na Qur'an yake!

Hapa ni Hadith nyingine kutoka Sahih Muslim ambayo inadai kwamba mashairi ya Hasan B. Thabit yalikuwa yanapata msaada kutoka kwa nguvu takatifu (Ruh-ul-Quddus) na yalikuwa sawa na baadhi ya aya za Qur'an:

Kitabu 031, Nambari 6081: Aisha aliripoti kwamba Mtume wa Allah (amani iwe juu yake) alisema: Tunga vitendawili juu ya (wale wasioamini miongoni mwa) Waquraishi, kwa sababu (vitendawili) ni vyenye uchungu kwao kuliko maumivu ya mshale. Kwahiyo, yeye (Mtume Mtukufu) alimtuma (mtu) kwa Ibn Rawiha na kumwomba atunge vitendawili juu yao, naye akaitikia na akatunga kitendawili, lakini hakikumpendeza Mtume Mtukufu. Kisha akamtuma (mtu) kwa Ka'b bin Malik (kufanya hivyo hivyo, lakini kile alichotunga hakikumpendeza Mtume Mtukufu). Kisha akamtuma mtu kwa Hassan bin Thabit. Alipokuja mbele yake, Hassan alisema: Sasa umemwita Simba huyu anayewapiga (maadui) kwa mkia wake. Kisha akautoa ulimi wake na kuanza kuutikisa na kusema: Kwa yule ambaye amekutuma na ukweli, nitawavuta kama nywele kutoka kwenye unga. Hapo Mtume wa Allah (amani iwe juu yake) alisema: Usiwe na haraka; (acha) Abu Bakr, ambaye anajua vizuri nasaba ya Waquraishi, akutofautishie nasaba yangu, kwa kuwa nasaba yangu ni sawa na yao. Hassan kisha akamwendea yeye (Abu Bakr) na baada ya kuuliza (kwa kuulizia nasaba ya Mtume Mtukufu) akarudi kwake (Mtume

Mtukufu) na kusema: Mtume wa Allah, yeye (Abu Bakr) ametoa tofauti kati ya nasaba yako (na ile ya Waquraishi). Kwa yule ambaye amekutuma na ukweli, nitatoa kutoka kwao (jina lako) kama nywele zinavyotoa kutoka kwenye unga. Aisha alisema: Nilimsikia Mtume wa Allah (amani iwe juu yake) akimwambia Hassan: Hakika Ruh-ul-Qudus ataendelea kukusaidia wakati wote ukiwatetea Allah na Mtume wake. Na alisema: Nilimsikia Mtume wa Allah (amani iwe juu yake) akisema: Hassan alitunga vitendawili juu yao na kuwafurahisha (Waislamu) na kuwakatisha tamaa (wasio Waislamu).

Umemkosoa Muhammad kwa mtindo wa mzaha, lakini mimi nimejibu kwa niaba yake, na kuna thawabu kwa Allah kwa hili. Umetoa mzaha kuhusu Muhammad, ambaye ni mwenye fadhila, mwenye haki, Mtume wa Allah, ambaye tabia yake ni ukweli. Bila shaka baba yangu na babu yake na heshima yangu ni kinga ya heshima ya Muhammad; naweza kupoteza binti yangu mpendwa, kama hutamwona akifuta vumbi kwenye pande mbili za Kada', wanavuta rinda na kupanda juu; kwenye mabega yao ni mikuki yenye kiu (ya damu ya adui); farasi zetu wanatoka jasho - wanawake wetu wanawafuta kwa joho zao. Kama usingeingilia kati sisi, tungeweza kufanya 'Umra, na (kisha) kushinda, na giza liondoke. Vinginevyo, ngoja kwa vita siku ambayo Allah atamheshimu amtakaye. Na Allah akasema: Nimemtuma mtumwa ambaye anasema ukweli ambao hakuna ubishi ndani yake; Na Allah akasema: Nimeandaa jeshi - ni Ansari ambao lengo lao ni kupigana na maadui. Kuna siku nyingi ambazo Ma'add huja na matusi, au vita au mzaha; Mwenye kumkejeli Mtume kati yenu, au kumsifu na kuisaidia, ni sawa kabisa, Na Jibril, Mtume wa Allah yuko kati yetu, na Roho Mtakatifu ambaye hana mwenzake. Muhammad alimpa zawadi mtunzi huyu wa mashairi ya ujira kwa kumpa binti mdogo mzuri Sirin, ambaye, pamoja na Marriyah Kibtia, alikabidhiwa kwa Muhammad na Muyaqis, Gavana wa Alexandria wa wakati huo. Muhammad alimweka Marriyah, msichana mzuri zaidi na akatoa Sirin kwa Hasan B. Thabit kutumiwa kama mtumwa wa ngono. Ibn Ishaq (Ibn Ishaq, p.652) anaandika kuwa Sirin na Marriyah walikuwa ndugu "dada".

SALMAN, MWAJEMI WA KIAJEMI

Salman, Mwajemi wa Kiajemi

Salman, Mwajemi wa Kiajemi, awali alikuwa Mzoroastra mcha Mungu kutoka Isfahan, Persia. Baadaye, aligeuka kuwa Mkristo. Baadaye, aliuzwa kama mtumwa kwa Myahudi wa B. Qurayza huko Madina. Wakati Muhammad alipofika Madina, Salman alikutana naye hapo. Miaka mitatu baadaye, kwa msaada wa Waislamu, alinunua uhuru wake kutoka kwa bwana wake na kugeuka kuwa Muislamu - akawa mfuasi wa karibu wa Muhammad. Wakati wa vita vya Ahzab (vita vya handaki), wazo la kuchimba handaki lilikuwa lake. Alikuwa na ufahamu mzuri wa vitabu vya Waajemi (yaani, Zoroastrianism), Wagiriki, na Wayahudi. Ali alisema juu yake (Reliance of the Traveler, p.1093), "Alikuwa mtu wetu na kwa ajili yetu, mtu wa nyumba ya unabii, na kwako wewe kama mwenye hekima Luqman, akijifunza maarifa ya kwanza na ya mwisho, akisoma maandiko ya kwanza na ya mwisho"

Bila shaka, Muhammad alitumia kwa ustadi mkubwa vipawa vya Salman kuandika mistari mingi ya Qur'an inayohusu hadithi za kihistoria za Misri ya zamani, Wagiriki, Warumi na Waajemi. Kwa kuwa Salman zamani alikuwa Mzoroastra, Muhammad alijifunza kwa undani imani na mazoea yao na kuyaingiza kwenye Qur'an yake. Maelezo ya Muhammad juu ya Pepo na Jehannamu yanafanana sana na yale ya Wazoroastra. Kwahiyo, mistari inayohusu adhabu ya Jehannamu na thawabu ya Pepo bila shaka ilichangiawa na Salman, Mwajemi. Ni muhimu kutambua kwamba Salman alikuwa mshiriki wa karibu wa familia ya Muhammad. Aisha anaripoti kuwa Muhammad alitumia masaa mengi na yeye - akijadili maswala mbalimbali ya dini, kiasi kwamba Aisha alifikiri kwamba Salman angelala na Muhammad.

Wale ambao wamesoma Qur'an mara nyingi, watastaajabishwa sana na utaftaji wa Muhammad wa maelezo ya Pepo na Jehannamu. Kuna aya nyingi katika Qur'an ambazo mara kwa mara zinazungumzia kuhusu suala hili maalum, yaani, thawabu zenye hisia za kimwili za Pepo kwa waumini na adhabu ya ukatili, yenye kuchukiza kwa wasioamini. Kwa hakika, sehemu kubwa ya aya hizi zilikuwa zimehamasishwa na Salman, Mfaris na baadaye, kuandikwa na waandishi wa Muhammad kwa amri yake wakipitisha kama ufunuo wa Allah. Hapa ninaonyesha tu baadhi ya aya kama hizo. Ili kuokoa nafasi, nimeonyesha ujumbe mkuu tu katika aya. Kwa maelezo zaidi, tafadhali rejea nambari ya aya iliyotajwa.

Pepo ya Qur'an: Ikiwa waumini hawatofanya dhambi mbaya (dhambi kuu) ya upagani (ushirikina), basi Mungu atawasamehe dhambi zingine na kuwaingiza katika pepo... 4:31 Waumini watapata maisha mazuri na wataishi katika pepo milele... 7:42 Katika pepo hakutakuwa na wivu, wote watahimidi Mungu kwa kuwaongoza... 7:43 Wakazi wa pepo watauliza kuhusu hali mbaya ya wakazi wa Jehannamu... 7:44 Mungu anawaahidi pepo kwa waumini wanaume na wanawake (nyumba nzuri katika bustani ya Eden)... 9:72 Bustani (nyingi katika pepo?) ya milele (Edeni), chini ya mito inayotiririka, yenye mapambo ya vikuku vya dhahabu, nguo za kijani, hariri nzuri; samani ya starehe... 18:31 Mungu anawaahidi pepo waumini wanaume na wanawake (nyumba nzuri katika bustani ya Eden)... 9:72 Katika pepo kuna bustani mbili za zabibu zilizozungukwa na mikunazi na shamba la mahindi kati yao... 18:32 Katika pepo hakuna upuuzi; salamu ya amani tu, riziki asubuhi na jioni... 19:62-63 Waumini watapokelewa katika bustani (Bustani nyingi katika pepo?) ambazo chini yake kuna mito inayotiririka; watapambwa na vikuku vya dhahabu na lulu na mavazi yao yatakuwa ya hariri... 2:23 Watu hawafamu furaha watakayo pata na furaha ambazo Mungu amewahifadhi katika pepo kwa waumini... 32:17 Waumini watapata bustani za milele (Bustani nyingi katika pepo?), Wao watakwenda wamevishwa vikuku vya dhahabu na lulu na mavazi yao yatakuwa ya hariri (35:33). Kwa waja wa Mungu wa kweli na waaminifu, kutakuwa na riziki (peponi), matunda, heshima, hadhi, bustani yenye furaha, watakao kutana kwenye viti vya enzi, kupita kikombe kutoka kwenye chemchemi safi, kunywa kinywaji cheupe na kitamu, hakuna maumivu ya kichwa, wala ulevi, wanawake wasio na doa au wajane (36:41-50). Peponi kutakuwa na kila aina ya matunda na kutakuwa na amani na usalama (44:55). Hakutakuwa na ladha ya kifo kwa waumini isipokuwa kifo chao cha kwanza (44:56). Wale wanaouawa katika Jihad watakuwa peponi (47:6). Mungu amehaidi pepo kwa waumini (50:31). Karibu na mpaka wa mti wa Lote ndio peponi (53:15). Kundi la tatu: Wale watakaokuwa karibu na Mungu katika bustani ya raha (peponi ya juu) (56:11-12). Upana wa bustani ya peponi ni upana wa mbingu na ardhi (57:21). Ikiwa utatubu, Mungu atakiondoa kibaya na kukutuma peponi chini yake kuna mito; nuru ya waumini itaangaza mbele yao na upande wao wa kulia (66:8). Mungu atawalipa waadilifu, bustani (peponi) na mavazi ya hariri yatakuwa yao kwasababu ya uvumilivu wao (76:12). Waumini watakaa katika bustani (peponi) kwenye viti vilivyoinuliwa, hakuna joto kali la jua au baridi kali ya mwezi (76:13). Wakaaji wa peponi watapata divai iliyochanganywa na za'faran (zinger?) (76:17). Chemchemi peponi inaitwa Salsabil (76:18). Vitu vya fedha na bilauri za kioo zitatumiwa; watahudumiwa na wavulana walio bado wachanga na wa kudumu kama lulu (76:19). Amani na utulivu vitakuwepo kila mahali peponi (76:19-20). Mavazi ya kijani ya hariri nzuri na brokadi nzito, vimepambwa na vikuku vya fedha; Mungu atawapa kila mtu kunywa divai safi na takatifu (76:21).

Jehannamu ndani ya Qur'an.

Wahubiri wa ibada za sanamu watakatwa na wafuasi wao na kutupwa Jehannamu... 2:166 Mungu ataweka hofu katika nyoyo za wasioamini; wataishi katika Jehannamu ... 3:151 Jehannamu ni mahali pa huzuni ... 3:162 Wenyeji wa Jehannamu watafunikwa na aibu; hawana wakazi ... 3:192 Jehannamu inawaka moto; kadhalika kumejaa wivu ... 4:55 Wasioamini watatupwa motoni, ngozi zao zitababuka mara nyingi, ngozi zitabadilishwa mara nyingi kwa ajili ya kuchomwa zaidi ... 4:56 Wasioamini watakunywa maji ya moto yalio chemshwa katika Jehannamu ... 6:70 Kila mgeni mpya wa Jehannamu atalaumu wazazi wake kwa kumwongoza kwenye Jehannamu; adhabu ya moto wa Jehannamu inaongezwa kwa wale wanaowapoteza wengine ... 7:38 Allah amewaumba watu na majini kwa ajili ya Jehannamu; wao ni wabaya kuliko wanyama ... 7:179 Wasioamini watateketea katika Jehannamu ... 14:29 Kuna milango saba katika Jehannamu kila Mmoja kwa watu maalum ... 15:44 Jehannamu ni gereza (dunia ya mateso) kwa wasioamini ... 17:8 Mtu anapotaka vitu vya kimwili, Mungu atawapa kwanza; kisha atawakusanya katika Gehenna (Jehannamu) ili wachomwe milele)... 17:18 Wasioamini watainamisha nyuso zao, watakuwa bubu na viziwi siku ya hukumu; Mungu atazidisha ukali wa moto wa Jehannamu ... 17:97 Jehannamu ni burudani kwa wasioamini ... 18:102

Wale waliohifadhiwa katika Jehannamu watainamisha nyuso zao chini ... 25:34 Zaqqum, mti mchungu wa Jehannamu, ni kwa ajili ya wasioamini 37:62 Zaqqum unamea toka chini ya moto wa Jehannamu 37:64 Wasioamini wataongozwa kwenye Jehannamu kwa makundi; milango itafunguliwa, walinzi watauliza maswali kuhusu wajumbe waliotumwa 39:71 Watu wa Farao wataletwa mbele ya moto wa Jehannamu asubuhi na jioni ... 40:46 Wale katika moto wa Jehannamu watamwomba mlinzi wa Jehannamu apunguze adhabu angalau kwa siku moja ... 40:49 Walinzi wa Jehannamu watawaonya wakazi wa Jehannamu kwa kuasi wajumbe waliotumwa kwao walipokuwa duniani 40:50 Allah atadhihaki Wakristo katika Jehannamu akisema: Wapo wapi washirika mlio kuwa mnawaabudu na kuwaamini?... 40:73 Makafiri watamwomba Malek, mlinzi wa moto wa Jehannamu, awauwe kwa idhini ya Allah; lakini Malek atawaahidi kuwaweka milele katika Jehannamu 43:77 Siku moja Mungu atauliza Jehannamu ikiwa imejaa au la; na Jehannamu itaomba watu wengi zaidi 50:30 Makafiri watapata adhabu ya maji yaliyochemshwa na moto wa Jehannamu... 56:93 Chakula pekee katika Jehannamu kitakuwa ni chenye uchungu, uchafu na usaha 69:35-37 Ili kuepuka moto wa Jehannamu, wenye dhambi watakuwa tayari kutoa kafara watoto wao, wake zao, ndugu zao ... kila kitu duniani; lakini hii haitakubaliwa na Allah, na moto utawatumbukiza hadi kwenye ubongo ... 70:11-16 Majini wasio Waislamu na washirikina watakuwa kuni za moto wa Jehannamu ... 72:15 Moto wa Jehannamu huleta mabadiliko ya rangi ya ngozi ... 74:27-29 Kwa makafiri, Allah ameandaa pingu, minyororo na moto mkali wa Jehannamu 76:4 Hakuna baridi wala kinywaji katika Jehannamu (Gehenna) ... 78:24.

Kwa ajili ya ufupi, sikuongeza marejeleo ya kihistoria katika Qur'an ambayo bila shaka yalitokea kwa Muhammad kupitia Salman. Tafadhali tumia muda wako kusoma Qur'an na utagundua kuwa hadithi hizo zilikuwa zimeundwa na binadamu na sio hadithi zilizosimuliwa na Allah.

Orodha ya Marejeo.

Qur'an Takatifu, tafsiri tatu za Kiingereza zinaweza kusomwa kwenye mtandao:

http://www.usc.edu/dept/MSA/Qur'an/

Ali, Abdullah, Yusuf, Qur'an Takatifu: Tafsiri na Ufafanuzi, Amana Corp., Brentwood, Maryland, 1983.

Al-Bukhari, Muhammad b. Ismail,

Sahi Bukhari, imefasiriwa kwa Kiingereza na Dr Muhammad Muhsin Khan:

[http://www.usc.edu/dept/MSA/fundamentals/hadi thsunnah/bukhari/]

Muslim, Abu al-Hussain b. al-Hajjaj al-Qushairi, Sahi Muslim, imefasiriwa kwa Kiingereza na Abdul Hamid Siddiqui: [http://www.usc.edu/dept/MSA/fundamentals/hadithsunn ah/muslim/]

Hughes, Patrick Thomas, Kamusi ya Kiislamu; ilichapishwa kwa mara ya kwanza mwaka 1886; uchapishaji wa hivi karibuni na Kazi Publications Inc., Chicago, 1994.

Asili za Qur'an, iliyohaririwa na Ibn Warraq, Prometheus Books, Amherst, New York, 1998.

Ibn Ishaq, Muhammad b. Yasr, Sirat Rasul Allah, imefasiriwa kwa Kiingereza na A. Guillaume; ilichapishwa kwa mara ya kwanza na Oxford University Press, London mwaka 1955; uchapishaji wa kumi na tano na Oxford University Press, Karachi, Pakistan, 2001.

Ibn Sad, Abu Abd Allah Muhammad, Kitab al-Tabaqat, juzuu ya kwanza, imefasiriwa kwa Kiingereza na S. Moinul Haq, Kitab Bhavan; 1784, Kalam Mahal, Daraya Ganj, New Delhi, India, 1972.

Ibn Sad, Abu Abd Allah Muhammad, Kitab al-Tabaqat, juzuu ya pili, imefasiriwa kwa Kiingereza na S. Moinul Haq, Kitab Bhavan; 1784, Kalam Mahal, Daraya Ganj, New Delhi, India, 1972.

Ibn al-Kalbi, Hisham, Kitabu cha Masanamu (Kitab Al-Asnam), imefasiriwa kwa Kiingereza na Nabih Amin Faris, Princeton University Press, 1952.

[http://www.answering-islam.org/Books/Al-Kalbi/index.htm]

Al-Misri, Ahmed ibn Naqib, Raliance of the Traveller (Umdat al-Salik), toleo lililorekebishwa, limefasiriwa na Nuh Ha Mim Keller, Amana Publications, Bettsville, Maryland, 1999.

SEHEMU YA NNE
MUHAMMAD ALIKOPIA AYA KUTOKA BIBLIA NA VITABU VINGINE

Bahira

Bahira alikuwa mnara wa Kikristo wa Nestori ambaye aliishi Sham (Syria). Jina lake la Kikristo lilikuwa Sergius au Georgius. Inaaminiwa kwamba alifukuzwa kutoka kwenye monasteri kwa makosa fulani. Ili kujitakasa, alienda Arabia kufanya huduma. Huko Makka, alikutana na Muhammad, akawa karibu naye na akakaa naye. Alikuwa na mazungumzo ya siri na Muhammad, ambapo bila shaka alimwambia Muhammad mambo mengi ya Ukristo. Aya za Qur'an zinazohusiana na Ukristo lazima zilitoka kwa Bahira, Mtawa. Muhammad aliziandika upya tu kwa msaada wa wakusanyaji wake au waandishi wa Qur'an.

Inaaminiwa kwamba aya za Qur'an zinazohusu Zaburi "Kitabu cha Daudi" zilikuwa mchango halisi wa Bahira. Aya hizi ni:

004.163 Tumekutumia wahyi kama tulivyotuma kwa Nuh na Mitume baada yake, na tukamtumia Wahyi Ibrahim na Ismail na Ishaq na Ya'qub na wajukuu zake, na Isa na Ayub na Yunus na Haruni na Suleiman, na Daudi tukampa Zaburi.

017.055 Na Mola wako Mlezi anajua vilivyomo mbinguni na katika ardhi. Na tumewapa baadhi ya Manabii daraja kuliko wengine. Na tukampa Daudi Zaburi.

021.105 Kabla ya haya tuliteremsha katika Zaburi hivi: Hakika waja wangu wema ndio watakaorithi ardhi hii.

Kwa kweli, Kitabu cha Islam (Uk. 698) kinaandika kwamba aya ya mwisho iliyotajwa (21.105) ni nukuu moja kwa moja kutoka Zaburi xxxvii.29

Hapa kuna aya kadhaa za mfano ambazo zinawezekana zilichangiwa na Bahira*:*

Hata wakati Muhammad anathibitisha maandiko ya awali, Wayahudi na Wakristo walimkataa 2:101

Wayahudi na Wakristo wanagombana ingawa wanatumia kitabu kimoja; Mungu atawahukumu... 2:113

Mungu wa Kiislamu, Myahudi, na Mkristo ni Mungu mmoja, msigombane juu ya hili; Mungu atawalipa kila kikundi kulingana na matendo yao 2:139.

Wayahudi na Wakristo wanakaribishwa kuamini Kitabu cha Mungu ili kutatua mizozo yao... 3:23

Baadhi ya Wayahudi na Wakristo wamepotosha maandiko yao na kuyapitisha kama ujumbe wa Mungu... 3:78

Baadhi ya Wayahudi na Wakristo wanaamini katika nguvu za kitu kisicho na msingi na nguvu za uovu... 4:51

Wakristo wamesahau sehemu nzuri ya ujumbe; kwa hivyo, Mungu aliwalaani kwa chuki na uhasama kati yao... 5:14

Baadhi ya Wakristo wanafuata Injili kwa usahihi lakini wengi wao hawafanyi hivyo. Kama wangeifuata Injili kwa usahihi, wangefurahia furaha kutoka kila upande... 5:66

Waumini wa Yesu (Wakristo) walikuwa Waislamu na dini yao ilikuwa Uislamu (?)... 5:111

Muhammad alipaswa kujifunza kutoka kwa Wayahudi na Wakristo; Qur'an ina ujumbe wa vitabu hivi... 10:94-95

Baadhi ya Wayahudi na Wakristo ni Waislamu halisi; waliamini katika Qur'an 28:53

Toa hoja na watu wa Kitabu kwa njia nzuri tu;

Waislamu wanapaswa kuamini Qur'an pamoja na vitabu vingine vilivyoteremshwa na Mungu;

Mungu wa Waislamu na Wayahudi na Wakristo ni mmoja tu 29:46

Mungu alitoa Injili kwa Yesu na akawaagiza rehema na huruma kwa wafuasi wake; Mungu hakupendekeza ukuhani kwa Wakristo... 57:27

Haijulikani kwa nini Bahira alifukuzwa kutoka Kanisa la Syria. Je! Inaweza kuwa alikuwa na maoni juu ya Ukristo ambayo yalikuwa kufuru kwa Kanisa la Nestorian? Au inaweza kuwa alifanya kosa la jinai? Hakuna mtu anayejua. Kwa njia yoyote, Muhammad alikuwa na utajiri wa habari juu ya Ukristo (apokrifa au ya kawaida) kutoka kwa mtawa huyu.

Inafurahisha kusoma ndani ya Qur'an kuwa Muhammad alifundishwa na mgeni, lakini Allah alijaribu kukataa ukweli kwa kupima kuwa lugha ya Muhammad na lugha ya mgeni ilikuwa tofauti! Huu ni uongo wa wazi kabisa, na sio sahihi, kama tunavyoona kwamba Muhammad, wakati wa safari yake kwenda Sham (Syria) alikutana na Bahira, na hakuwa na shida katika kuwasiliana naye. "

Tunajua kwamba wanasema, "Ni mtu anayemfundisha." Ulimi wa yule wanayemkashifu ni wa kigeni, na huu ni lugha ya Kiarabu iliyosafishwa na safi." (Surat An-Nahl 16:103)

JABR

Jabr

Kamusi ya Uislamu (Hughes Dictionary of Islam, ukurasa wa 223) inaandika kuwa Jabr alikuwa mmoja wa Ahlu-l-Kitab na alikuwa amesoma Taurati na Injili, na Muhammad alikuwa akimsikia akisoma vitabu hivi alipokuwa akipita karibu na nyumba yake. Muhammad lazima alijifunza kutoka kwa Jabr baadhi ya hizo Surah zinazohusu mila za Wakristo na Wayahudi.

Labda aya zinazohusu Daudi na Sulemani ziliandikwa na Jabr. Baadhi ya aya hizi (zinaonyeshwa hapa kama maudhui tu; kwa maelezo zaidi soma aya nzima):

Daudi alimuua Goliath...2:251

Zaburi ilipewa Daudi...4:163

Mungu ni mbaguzi; anapendelea manabii wengine kuliko wengine; alimpa Zaburi Daudi 17:55

Mungu alishuhudia hukumu ya Daudi na Sulemani 21:78

Mungu alimpa Sulemani ufahamu sahihi; Alifanya milima na ndege wamtumikie Daudi 21:79

Mungu alimfundisha Daudi ujuzi wa kutengeneza ngao za vita 21:80

Kabla ya Qur'an, Mungu alituma ujumbe kupitia Zaburi ya Daudi...21:105

Mungu alimpa Daudi na Sulemani elimu 27:15

Baba wa Sulemani alikuwa Daudi. Sulemani alikuwa mrithi wa Daudi; Sulemani alielewa hotuba za ndege, wanyama na mimea 27:16

Sulemani alikuwa na udhibiti juu ya majini; majini na ndege walipigana katika jeshi la Sulemani 27:17

Mungu aliitia milima chini ya amri ya Daudi; alimfundisha jinsi ya kutengeneza silaha kutoka kwa chuma 34:10-11

Mungu aliitia milima, ndege kwa utumishi wa Daudi na akamzawadia hekima na mantiki 38:18-20

Mungu alisamehe dhambi za Daudi...38:25

Mungu alimfanya Daudi kuwa kiongozi duniani na kumpa mamlaka ya kutoa hukumu sahihi kwa sheria za Mungu na kwa maoni yake binafsi 38:26

IBN QUMTA

Ibn Qumta

Ibn Qumta alikuwa mtumwa Mkristo aliyeishi Mecca. Muhammad alijifunza kuhusu Injili za uongo za Ukristo (kama vile Injili ya Utotoni na Injili ya Barnaba) kutoka kwake. Surah nzima juu ya Maryam na kuzaliwa kwa Yesu Kristo (Surah 19) ilikuwa labda imeandikwa na mtumwa huyu Mkristo. Kulingana na Wakidi Alphonso Mingana, katika makala yake, The Transmission of the Koran (Alphonso Mingana, The Transmission of the Koran, The Origins of The Koran, p.103)

Aliandika: "Historia ya zamani zaidi, Wakidi, ana sentensi ifuatayo ambayo inapendekeza kwamba Abdallah B. Sad B. Abi Sarh, na mtumwa Mkristo, ibn Qumta, walikuwa na uhusiano fulani na Qur'an. Na ibn Abi Sarh alirudi na kuwaambia Waquraishi: Ilikuwa ni mtumwa Mkristo tu aliyekuwa akimfundisha (Muhammad); nilikuwa nikimwandikia na kubadilisha chochote nilichotaka."

Tafadhali kumbuka kuwa Abdallah B. Sad B Abi Sarh alikuwa mwandishi wa kuaminika wa Muhammad. Wakati Muhammad alipoenda Medina, Abdallah pia alimfuata. Kila wakati Muhammad alipoingia kwenye fikra kuhusu Qur'an, alimwagiza Abdallah kuandika maneno yake. Wakati Abdallah alipendekeza mabadiliko fulani yaliyokuwa kwenye ulimi wa Muhammad, Muhammad alikubaliana haraka na Abdallah. Mfano ni wakati Muhammad alikuwa akitafsiri 23: 12-14.

023.012 Hakika tulimuumba mtu kutokana na tone la ute wa kiume ulio thabiti,

023.013 Kisha tukamlaza katika kitone, cha uzazi kilichochongwa vizuri,

023.014 Kisha tukageuza damu iliyoganda kuwa pande la nyama, kisha tukapata pande la nyama na tukalijaza mifupa, kisha tukaliumba kiumbe kingine. Kwa hivyo ametukuka Allah, Mbora wa kuumba!

Abdallah alipendekeza marekebisho kadhaa kwa aya ya mwisho, na Muhammad alikubaliana na Abdallah kwa haraka sana. Hii ilimsababisha Abdallah kushuku madai ya Muhammad ya kupokea ujumbe kutoka kwa Allah, kuasi na kuondoka Medina kwenda Mecca. Kisha alitangaza kuwa yeye pia angeweza kuandika aya za Qur'an kwa kuwa ameongozwa na Allah.

Muhammad alikuwa na hasira na akamwomba msaada Allah. Allah alituma aya ya 6:93, ikilaani yeyote ambaye anadai kuongozwa na Allah. Hapa ni aya hiyo:

006.093 Ni nani anaweza kuwa mwovu zaidi ya yule anayebuni uongo kuhusu Allah, au kusema, "Nimepokea ufunuo," wakati hajapokea chochote, au tena yule anayesema, "Naweza kufunua kama yale ambayo Allah amefunua"? Kama ungeweza kuona jinsi waovu wanavyoanguka katika mafuriko ya kukanganyikiwa katika kifo! - malaika huinua mikono yao, (wakisema), "Toeni roho zenu: leo mtapokea malipo yenu, - adhabu ya aibu, kwa kuwa mlisema uongo kuhusu Allah, na kwa kiburi mkakataa Ishara zake!"

Wakati Muhammad alipoiteka Mecca, aliwachagua watu 8 [au 10 (wanaume 6, wanawake 4) kulingana na Ibn Sad, Juzuu ya pili, ukurasa wa 165] ambao walipaswa kuuawa kama wangepatikana katika eneo la Kaaba. Abdallah alikuwa mmoja wao.

Hata Sahih Bukhari inathibitisha kuwa Mkristo aliyeandika sehemu za Qur'an. Mwandishi huyu Mkristo wa Qur'an, bila shaka, hakuna mwingine isipokuwa Ibn Qumta. Hapa chini ni Hadith:

Mkristo ambaye alisilimu na kuwa Muislamu aliandika ufunuo wa Muhammad; kisha akarejea kuwa Mkristo na kudai kuwa Muhammad hajui chochote na yeye ndiye aliyeandika Qur'an kwa ajili ya Muhammad; wakati mtu huyu alipokufa, mwili wake ulitupwa mara kwa mara kutoka kaburini...4.56.814

Kitabu cha 56, Sura ya 4, Hadithi namba 814: Imeelezwa na Anas:

Kulikuwa na Mkristo ambaye aliukubali Uislamu na kusoma Surat-al-Baqara na Al-Imran, na alikuwa akimwandikia (Nabii) ufunuo. Baadaye alirudi kwenye Ukristo tena na alikuwa akisema: "Muhammad hajui chochote isipokuwa kile nilichomwandikia." Kisha Allah akamfanya afe, na watu wakamzika, lakini asubuhi walipoamka, waliona kwamba ardhi ilikuwa imeutoa mwili wake. Walisema, "Hii ni kazi ya Muhammad na wenzake. Walichimba kaburi la rafiki yetu na kuchukua mwili wake kwa sababu alikuwa amewakimbia." Wakachimba kaburi tena kwa kina kirefu, lakini asubuhi walipoamka, waliona kwamba ardhi ilikuwa imeutoa mwili wake tena. Walisema, "Hii ni kazi ya Muhammad na wenzake. Walichimba kaburi la rafiki yetu na kumtoa mwili wake nje, kwa sababu alikuwa amewakimbia." Walichimba kaburi kwa kina kirefu kadiri walivyoweza, lakini asubuhi walipoamka, waliona kwamba ardhi ilikuwa imeutoa mwili wake tena. Kwa hiyo, waliamini kwamba kile kilichomtokea si kazi ya binadamu na walilazimika kumuacha amelala chini.

Tafadhali kumbuka kuwa maandishi yaliyo ndani ya mabano (kwa mfano, ufunuo) ni uingizaji wa mfasiri.

WASABIA

Wasabia:

W. St. Clair-Tisdall (W. St. Clair Tisdal, Chanzo cha Uislamu, Asili ya Qur'an, Ukurasa 236-237) anaandika kuwa Wasabia walikaa Syria. Walikuwa wafuasi wa Sethi na Idris. Wasabia walifunga kwa siku 30 kutoka usiku hadi alfajiri, walisherehekea Eid na walikuwa wakisali kwa ajili ya marehemu bila ya kusujudu. Muhammad alitumia tu mfumo wao wa kufunga (badiliko pekee lililofanywa ni kufunga kutoka kuchomoza hadi kuzama kwa jua) na kuendelea kusherehekea Eid na kusali kwa ajili ya marehemu kwa njia ile ile kama Wasabia. Kwa hiyo, sheria juu ya kufunga kama ilivyoelezwa katika aya za 2:183-187 zilipangwa kutokana na maandiko Matakatifu ya Wasabia. Kwa kweli, Qur'an yenyewe inathibitisha kuwa mfumo wa kufunga ulikuwa umechukuliwa kutoka dini ya Wasabia, lakini Qur'an haisemi kwa uwazi ni maandiko gani Muhammad aliyonakili kutoka kwa Wasabia. Hapa ni aya ya 2:183 inayosema kuwa mfumo wa kufunga wa Kiislamu ni nakala kutoka dini nyingine (Wasabia):

002.183 Enyi mlioamini! Funga imefaradhishwa kwenu kama ilivyofaradhishwa kwa wale walio kuwa kabla yenu, ili mpate kujizuia na mambo mabaya-

Wasabia walikuwa na kitabu kinachoitwa Kurasa za Sethi. Walisali sala 7 kwa siku, ambapo 5 kati yake zilikuwa wakati ule ule kama ulioteuliwa na Muhammad. Pia, waliithamini Ka'aba. Muhammad, kwa hakika, alijifunza kuhusu Maandiko Matakatifu ya Wasabia kutoka kwa Bahira, mtawa, na kutoka kwa Salman, Mwajemi, kwasababu wote wawili walitumia muda mrefu sana Syria na walifahamu vyanzo, mila na mafundisho ya kidini ya Wasabia. Muhammad alijumlisha tu hayo katika Qur'an na kuyafanya kama amri za Allah.

Kuhusu Wasabia, Kitabu cha Uislamu (Kamusi ya Hughes ya Uislamu, Ukurasa 551) kinasema kuwa walikuwa wakiabudu nyota kwa siri lakini walijitangaza kuwa Wakristo. Wengine wanasema kuwa walikuwa wa dini ya Sabi, mwana wa Sethi, mwana wa Adamu. Wengine wanasema walikuwa wa dini ya Nuhu. Kibla chao kilikuwa kuelekea kusini, mahali ambapo upepo unavuma.

Bila shaka, baada ya kujifunza juu ya Wasabia, Muhammad alivutiwa sana na dini yao na haraka kuunganisha baadhi ya ibada zao ndani ya Uislamu. Aliwatazama kama waumini wa kweli wa Allah. Kwa kweli, Kitabu cha Kamusi cha Uislamu (Ibid) anaandika kuwa Waarabu walikuwa wanamwita Muhammad kama Sabi - yule ambaye ameachana na dini ya Waquraishi. Qur'an inawataja mara tatu katika aya zifuatazo:

002.062 Wale ambao wanamuamini Mwenyezi Mungu, na wafuasi wa Kiyahudi na Wakristo na Wasabia, yeyote yule anayeamini Mwenyezi Mungu na Siku ya Mwisho, na anafanya vitendo vizuri, basi watapata thawabu yao kwa Mola wao; juu yao haitakuwa na hofu, wala hawatahuzunika.

005.069 Wale ambao wanamuamini Mwenyezi Mungu, wafuasi wa Kiyahudi na Wasabia na Wakristo, yeyote yule anayeamini Mwenyezi Mungu na Siku ya Mwisho, na anafanya vitendo vizuri, basi watapata thawabu yao kwa Mola wao; juu yao haitakuwa na hofu, wala hawatahuzunika.

022.017 Wale ambao wanamuamini Mwenyezi Mungu, wafuasi wa Kiyahudi na Wasabia, Wakristo, Wamagharibi, na washirikina - Mwenyezi Mungu atawahukumu siku ya mwisho; kwa kuwa Mwenyezi Mungu ni shahidi wa kila kitu.

Tafadhali kumbuka kuwa aya hizo pia zinajumuisha Wayahudi, Wakristo na Wamagharibi (Zoroastrians).

Khadijah, Waraqa na Ubydallah nk.

Sirah (maisha) ya Muhammad haijadili dini ya Khadijah, mke wa kwanza wa Muhammad. Hata hivyo, ni vigumu kuamini kwamba Khadijah alikuwa muabudu miungu. Huenda alikuwa amevutwa sana na ndugu yake wa kaka Waraqa, ambaye, kama ilivyotajwa hapo awali, alikuwa kwanza Myahudi, kisha akageuka kuwa Mkristo. Alikuwa Mkristo mwaminifu na inasemekana aliitafsiri Injili katika toleo lake la Kiarabu. Maarifa yake makubwa na ufahamu wa Ukristo wa kawaida, pamoja na Uyahudi, lazima yalikuwa na athari kubwa kwa Khadijah na Muhammad. Kwa hivyo, itakuwa sahihi kudhani kwamba Khadijah pia alikuwa mfuasi wa Ukristo angalau kwa siri. Hatupati rejea au nukuu popote kwamba Khadijah alikuwa anaabudu au omba sanamu au kuhudhuria ibada za dini za kipagani; badala yake, tunafahamu (kama ilivyoelezwa hapo awali) kwamba Muhammad alikuwa ni muabudu miungu alipo muoa Khadijah. Kwa miaka 25 Khadijah alikuwa msaada (kifedha) na mshauri wa Muhammad. Huenda Khadijah alimshawishi Muhammad kubadili dini yake kutoka kipagani hadi Ukristo. Waraqa na Khadijah walizoea kujadili mambo mengi ya Kikristo na Kiyahudi. Jambo lililo mfanya Muhammad afikirie kwa kina imani yake tangu kuzaliwa (yaani, upagani).

Tunajifunza kutoka Sahih Bukhari kwamba Waraqa alikuwa anasoma Injili kwa Kiarabu. Hii inathibitisha kwamba tafsiri ya Kiarabu ya Injili ilikuwa inapatikana wakati wa Muhammad.

Juzuu ya 4, Kitabu cha 55, Hadithi ya 605:

Imeelezwa na 'Aisha: Mtume alirudi kwa Khadija huku moyo wake ukipiga kwa kasi. Alikwenda na Khadijah kwa Waraqa bin Naufal, ambaye alikuwa Mkristo aliyegeuka na alikuwa anasoma Injili kwa Kiarabu. Waraqa alimwuliza (Mtume), "Unaona nini?" Alipomwambia, Waraqa alisema, "Huyo ndiye malaika yule yule ambaye Mwenyezi Mungu alimtuma kwa Nabii Musa. Ikiwa nitabaki hai hadi upokee Ujumbe wa Kiungu, nitakusaidia kwa nguvu."

Siyo tu kwamba Waraqa alisoma Injili kwa Kiarabu, lakini pia alitafsiri Injili kwa lugha yake ya Kiarabu. Sahih Bukhari inathibitisha hili:

Tafadhali kumbuka kuwa hii ni hadithi ndefu. Nimeinukuu sehemu inayohusiana tu na somo letu.

Juzuu ya 6, Kitabu cha 60, Hadithi namba 478:

Imepokewa na Aisha: "Khadija kisha alimchukua kwa Waraqa bin Naufil, mtoto wa mjomba wa Khadija. Waraqa alikuwa ameongoka kwenye Ukristo katika Kipindi cha Kabla ya Uislamu na alikuwa anaandika Kiarabu na kuandika Injili kwa Kiarabu kwa kadri Allah alivyotaka kuandika. Hata Waraqa alijua kusoma na kuandika Kiebrania! Sahih Bukhari inathibitisha hili:

Tafadhali kumbuka kuwa sehemu tu inayohusiana na mada imeinukuliwa hapa.

Juzuu ya 1, Kitabu cha 1, Hadithi namba 3:

Imepokewa na 'Aisha:

Khadija kisha alimfuata mpwa wake Waraqa bin Naufal bin Asad bin 'Abdul 'Uzza, ambaye, wakati wa Kipindi cha Kabla ya Uislamu alikuwa Mkristo na alikuwa anaandika maandishi kwa herufi za Kiebrania. Angeandika kutoka kwenye Injili kwa Kiebrania kwa kadri Allah alivyotaka kuandika.

Taarifa zilizotajwa hapo juu, hususan marejeo kutoka Sahih Bukhari, haziachi shaka yoyote kwamba Waraqa, pamoja na Khadija, walikuwa sehemu muhimu katika uandishi wa Qur'an - haswa zile aya zinazohusu Ukristo na Uyahudi.

Hapo akaja Ubaydallah, mjukuu wa Abd al-Muttalib na kaka wa Muhammad. Kwa kuwa Ubaydallah alikuwa Hanifi, bila shaka Muhammad alijifunza mengi kuhusu Hanifism kutoka kwake. Wanahistoria wa Kiislamu wanasema kwamba Ubaydallah alikubali dini ya Muhammad na kwenda kuishi Ethiopia, kisha akauacha Uislamu na kubadili dini na kufariki kama Mkristo. Kwa hiyo, waandishi wengine wa vifungu vya Kikristo katika Qur'an walikuwa bila shaka ni Ubaydallah. Baada ya kifo cha Waraqa, Khadija na Ubaydallah, Muhammad aliweka tu katika Qur'an, kile alicho sikia na kujifunza kutoka kwao.

Tunahitaji kutaja hapa wachangiaji wengine wawili wakuu wa Qur'an. Hawa ni Abdullah B. Salam na Mukhayariq. Kwa mujibu wa Ibn Ishaq (Ibn Ishaq, Uk. 239) Abdullah B. Salam B. al-Harith alikuwa Myahudi kutoka B. Qaynuqa ambaye alikubali Uislamu wakati Muhammad alipofika Medina. Mukhayariq, naye alikuwa Rabbi Myahudi kutoka B. Thalaba na alikubali Uislamu pia. Abdullah B. Salam alikuwa na mamlaka katika Torah, na bila shaka alikuwa amechangia kuandika vitu vya Kiyahudi katika Qur'an, hasa sheria za Kiyahudi.

Hapa kuna orodha fupi ya baadhi ya aya katika Qur'an ambazo Muhammad alikopia na kuchukua kutoka kwa Wakristo, Wayahudi, Waarmenia, Wahindi, na Wamagharibi (Zoroastrians):

Tayammum (4:43): Aliyokopia kutoka katika Maandiko ya Kiyahudi Talmud.

Kuwapa uhai ndege (2:260, 3:49, 5:110): Aliyokopia kutoka vitabu vya Kikopti.

Houris, Azazil (44:54): Alifunzwa na wageni huko Mecca.

Harut na Marut (2:102): Kutoka kwa vitabu vya Karmeni Harut na Marut wanadhibiti upepo na mvua.

Kiti cha Allah juu ya maji (11:7): Kutoka kwa mila ya Kiyahudi.

Malik, mtawala wa Jehannamu (43:77): Kutoka kwa Wayahudi.

Mbingu Saba (2:29, 41:12): Alichukua kutoka Maandiko ya Kisania ya Wahindi.

Maria alijifungua chini ya kishada cha mti (19:23): Iliyonukuu kutoka Injili ya Utotoni, Injili ya Kikristo isiyo sahihi.

Mtoto Yesu anazungumza (3:46, 19:30-31, 19:33): Iliyonukuu kutoka Injili ya Utotoni.

Salman, Mfaransa: Amenukuu kutoka kwa Waarabu wa Kizoroaster na Wahindi. Yesu hakuuawa, Allah alimtwaa Yesu mbinguni (3:55, 4:157-158): Amekopi kutoka kwa Injili ya Barnaba.

Hadithi ya Yusufu (Sura 12): Amenukuu kutoka Midrash, Maandiko ya Kiyahudi.

Hadithi ya Suleimani na Malkia wa Sheba (21:78-82, 27:17-19, 27:22-23): Amenukuu kutoka kwa Haggada, Maandiko ya Kiyahudi.

Qur'an asili imewekwa Mbinguni (43:4, 85:21-22): Talmud inasema imeandikwa katika vipande vya mawe na kuhifadhiwa Mbinguni.

Malaika wa kifo - Azraili au Azazili, Malakul Maut (6:61, 7:37, 32:11): Amekopia kutoka kwa Maandiko ya Kiyahudi na ya Kizoroastri.

Hata hivyo, Qur'an inajitangazia yenyewe kuwa makafiri wa Makkah walijua kwamba Muhammad alikuwa amekopi na kuibia Qur'an kutoka kwa vyanzo mbalimbali, hasa kutoka kwa Maandiko ya Kiyahudi; na ndio maana Allah alilazimika kuwaonya washirikina kwa kumuita Muhammad mwizi wa fasihi. Hili limefunuliwa katika aya ya 28:48

028.048 Lakini sasa, ukweli umewajia kutoka kwetu, wanajibu: "Kwanini hakutumiwa ishara sawa na ishara alizotumiwa Musa?" Je! Hawakatai ishara ambazo zilitumwa kwa Musa? Wanajibu: "Sisi tunakataa vitu vyote hivyo!"

Kwa mifano zaidi ya udanganyifu katika Qur'an (na kwa Muhammad) unaweza kurejelea vitabu vilivyoorodheshwa katika bibliografia.

Jirani wa Muhammad alikuwa an-Nadr B. al-Harithi. Yeye pia alikuwa anaandika mistari inayofanana na Qur'an. Yeye pia alikuwa msimulizi mzuri sana - haswa wa hadithi za zamani. Kila mara Muhammad alipokusanya watu kusikiliza hadithi zake katika Qur'an, an-Nadr alikuwa akiwavutia watazamaji na wasikilizaji wa Muhammad kwa hadithi bora kuliko Muhammad. Kwa sababu ya uwezo wake mzuri sana katika kusimulia anekdoto, Muhammad aliona watazamaji na wasikilizaji wake wanapotea. Muhammad aliona kitendo cha an-Nadr kuwa kibaya sana na akapanga hila kwa kumteka an-Nadr katika vita vya Badr na baadaye kumkata kichwa.

Hapa kuna marejeo ya aya fulani zilizochaguliwa kwenye Qur'an ambazo zinatuonyesha kuwa wapagani walijua kuwa Muhammad alikuwa anawasimulia hadithi za zamani ambazo walikuwa wamesha zikia. Muhammad hakuwa akisimulia hadithi mpya kabisa, bali alikuwa akirejelea kile alichosikia kutoka kwa vyanzo vyake na kuvipitisha kama ufunuo wa Allah:

Washirikina wanadhani Qur'an ni hadithi za zamani 8:31

Washirikina walisema kwamba ufunuo kwa Muhammad ulikuwa hadithi za zamani 16:24

Wapagani wengi walikuwa wamesikia hadithi ya kufufuka kutoka kwa hadithi za zamani 23:83

Wakataao wanasema 'Qur'an ni hadithi za zamani ambazo walikuwa wamesha zikia' 25:5

Washirikina wanasisitiza kwamba Qur'an ni hadithi za zamani 27:68

Washirikina wanadai kwamba Qur'an ni hadithi za zamani tu 46:17

Washirikina walitafsiri ufunuo wa Muhammad kama hadithi za zamani 68:15

Orodha ya vitabu

1. Qur'an Tukufu, tafsiri tatu za Kiingereza zinaweza kusomwa kwenye mtandao:
2. http://www.usc.edu/dept/MSA/Qur'an/
3. Ali, Abdullah, Yusuf, Qur'an Tukufu: Tafsiri na Maelezo, Amana Corp., Brentwood, Maryland, 1983.
4. al-Bukhari, Muhammad B. Ismail, Sahi Bukhari, tafsiri kwa Kiingereza na Dk Muhammad Muhsin Khan: [http://www.usc.edu/dept/MSA/fundamentals/hadithsunnah/bukhari/]
5. Muslim, Abu al-Hussain b. al-Hajjaj al-Qushairi, Sahi Muslim, tafsiri kwa Kiingereza na Abdul Hamid Siddiqui:
   [http://www.usc.edu/dept/MSA/fundamentals/hadithsunnah/muslim/]
6. Hughes, Patrick Thomas, Kamusi ya Uislamu; ilichapishwa mara ya kwanza mnamo 1886; uchapishaji wa hivi karibuni na Kazi Publications Inc., Chicago, 1994.
7. Asili za Qur'an, iliyohaririwa na Ibn Warraq, Prometheus Books, Amherst, New York, 1998.
8. Ibn Ishaq, Muhammad b. Yasr, Sirat Rasul Allah, tafsiri kwa Kiingereza na A. Guillaume; ilichapishwa mara ya kwanza na Oxford University Press, London mnamo

1955; uchapishaji wa kumi na tano na Oxford University Press, Karachi, Pakistan, 2001.

9. Ibn Sad, Abu Abd Allah Muhammad, Kitab al-Tabaqat, juzuu ya kwanza, tafsiri kwa Kiingereza na S. Moinul Haq, Kitab Bhavan; 1784, Kalam Mahal, Daraya Ganj, New Delhi, India, 1972.

10. Ibn Sad, Abu Abd Allah Muhammad, Kitab al-Tabaqat, juzuu ya pili, tafsiri kwa Kiingereza na S. Moinul Haq, Kitab Bhavan; 1784, Kalam Mahal, Daraya Ganj, New Delhi, India, 1972.

11. Ibn al-Kalbi, Hisham, Kitab Al-Asnam (Kitab cha Masanamu), tafsiri kwa Kiingereza na Nabih Amin Faris, Princeton University Press, 1952. [http://www.answering-islam.org/Books/Al-Kalbi/index.htm]

12. al-Misri, Ahmed ibn Naqib, Umdat al-Salik (Raiya ya Msafiri), toleo lililorekebishwa, tafsiri kwa Kiingereza na Nuh Ha Mim Keller, Amana Publications, Bettsville, Maryland, 1999.

SEHEMU YA TANO
MUHAMMAD ALIKOPIA HADITHI ZA WATU WA KALE NA KUDAI NI AYA KUTOKA KWA ALLAH

Ubayy B. Kab

Ubayy B. Kab alikuwa katibu wa Muhammad na mmoja wa wakusanyaji sita wa Qur'an. Wakusanyaji wengine watano wa Qur'an, kulingana na Ibn Sad (Ibn Sad, Juzuu ya kwanza, Uk. 457), walikuwa:

Muadh ibn Jabal

Abu al-Darda

Zayd ibn Thabit

Sad ibn Ubayd

Abu Zayd

Ubayy B. Kab pia alijulikana kama Abu Mundhir. Aliweka kiapo cha pili cha Aqaba pamoja na ansari wengine kutoka Medina na alikuwa mmoja wa watu wa kwanza huko Medina kukubali Uislamu. Alikuwa rafiki mkubwa wa Muhammad na mwokozi katika nyakati za shida. Kila wakati Muhammad aliposahau baadhi ya aya za Qur'an au hitaji maelezo juu ya baadhi ya aya, aliomba msaada wa Ubayy. Utegemezi huu wa Muhammad kwa Ubayy unathibitisha kwamba yeye (Ubayy B. Kab) ndiye aliyeandika ule ule ujumbe wa Muhammad, na Ubayy aliandika chochote alichokipenda kwa kuzingatia idhini ya Muhammad. Akiishi huko Medina, ambapo jamii kubwa ya Wayahudi ilikuwa ikikua, alikuwa na ufahamu wa kina wa maandiko ya Kiyahudi na sheria za Kiyahudi. Kunauwezekano mkubwa sana kuwa Ubayy B. Kad ndie aliye andika sehemu nyingi za Surah za Medina ambazo zinahusu sheria za Kiislamu. Surah hizi za Medina hazina uchawi wa ushairi kama zilivyo Surah za Maka. Hii ni kwa sababu Ubayy B. Kab hakuwa mshairi bali mwanasiasa na mwandishi. Kwa kweli, aliandika toleo lake la Qur'an ambalo alikataa kulisalimisha wakati wa Uthman. Matoleo yote ya Qur'an, isipokuwa la Hafsas, yalipigwa marufuku na kuteketezwa. Ubayy B. Kab na Ibn Masud walikataa kusalimisha Mushaf yao (Qur'an iliyoandikwa kwenye majani) na kuendelea kuificha.

Tunaweza kuhitimisha kwa usalama kwamba Surah nyingi za Medina ziliandikwa na Ubyy B. Kab kwa msaada wa waandishi wengine wa Muhammad.

Inavutia sana kuelewa kwamba ingawa Jibril anadaiwa kuleta aya za Qur'an kwa Muhammad, lakini Muhammad anadai kumwona Jibril katika hali yake ya kweli mara mbili tu. Hili linaelezwa na kuthibitishwa katika hadithi ifuatayo kutoka Sahih Bukhari:

Kitabu cha 6, Hadithi ya 378:

Alipouliza Masruq, "Ewe Mama (ya waumini), je, Mtume Muhammad alimwona Mola wake?" 'Aisha alisema, "Unachosema kinanifanya nishtuke! Jua kwamba yeyote akikuambia moja ya mambo matatu yafuatayo, yeye ni mwongo: Yeyote anayekwambia kwamba Muhammad alimwona Mola wake ni mwongo." Kisha 'Aisha alisoma aya ifuatayo:

'Hapana jicho lolote linaweza kumwona, lakini Yeye huona kila jicho. Yeye ni Mwenye hikima Mwenye khabari na vyote.' (6:103) 'Haimpasi mwanadamu kwamba Allah anasema naye ila kwa ufunuo au kutoka nyuma ya pazia.'

(42:51) 'Aisha alisema zaidi, "Na yeyote anayekwambia kwamba Mtume anajua nini kitatokea kesho, ni mwongo."

Kisha alisoma: 'Hakuna nafsi inayojua yatakayoyapata kesho.' (31:34) 'Aisha akaongeza, "Na yeyote anayekwambia kwamba aliweka siri amri za Allah, ni mwongo." Kisha alisoma: 'Ewe Mtume! Tangaza (Ujumbe) ulioteremshwa kwako kutoka kwa Mola wako.' (5:67) 'Aisha akaongeza, "Lakini Mtume alimwona Jibril mara mbili katika hali yake ya kweli."

Bila shaka, hadithi hii inaleta utata na inakinzana wakati tunapokumbuka kwamba katika ahadithi nyingine, Muhammad alidai kwamba Jibril alimtembelea mara nyingi katika hali ya kibinadamu (haswa, kama Dhiya al-Kalbi, mfanyabiashara mrembo wa Medina). Kwa hivyo, ni kitu gani kinachomzuia kusema kuwa waandishi wote wa Qur'an, pamoja na Ubayy B. Kab, walikuwa ni Jibril katika hali mbalimbali?

BIBI AISHA

Aisha

Bibi Aisha alikuwa mke mpendwa zaidi wa Muhammad. Alimwoa akiwa mtoto wa miaka sita tu na kufanya naye ngono alipokuwa na miaka tisa. Ujana, nguvu, upole, ujinga wa mtoto na uchangamfu wa utoto - hivi ndivyo vilivyotawala mawazo ya Muhammad katika kumpenda Aisha kwa ujinga wake.

Kama bibi harusi mdogo, Aisha alikuwa tegemezi kabisa kwa ukomavu wa Muhammad. Kama mtoto mwingine yeyote wa umri wake, aliamini kila kitu alichoambiwa na Muhammad kuhusu ufunuo wake kutoka kwa Allah.

Muhammad alidai kwamba aya za Qur'an zilikuwa zikifunuliwa na Allah wakati alipolala na Aisha tu. Kwa nini

Jibril hakumtembelea wakati alilala na wake zake wengine kwenye boma yake? Hili ni swali ambalo wachache sana kati ya wasomi na wanahistoria wa Kiislamu wamelijibu. Ukweli ni kwamba, isipokuwa kwa Aisha, wake wengine wa Muhammad walikuwa wamekomaa na walikuwa na uzoefu na majaribu, dhiki na upotovu wa maisha kwa ujumla. Baadhi yao tayari walikuwa na watoto wazima. Haikuwa rahisi kwa Muhammad kuwashawishi wanawake hawa kuhusu mawasiliano yake na Allah kupitia Jibril. Hawakuweza kuamini kwa urahisi hadithi za uwongo za Muhammad. Ingawa walilazimishwa kuishi katika boma yake, lakini hawakuamini kwa dhati madai ya Muhammad ya kukutana na Jibril. Kwa hivyo, inaonekana wazi kwamba Aisha, kwa ujinga wake na utakatifu wake wa kimaisha, alikuwa chanzo cha ufunuo wa kiungu kwa Muhammad! Muhammad alikuwa tu anacheza na akili ya mtoto ambayo inaamini kila aina ya hadithi za pepo na majini, Santa Klaus, farasi wenye mabawa, mashetani, wanyama wa ajabu na wahusika wote wa kihistoria na wa kufikirika. Hadithi zifuatazo kutoka Sahih Bukhari zinathibitisha kwamba Allah alikuwa akimpa Muhammad ufunuo tu alipolala na Aisha:

Muhammad alikuwa akipokea ufunuo wa kiungu tu katika kitanda cha Aisha ... 3.47.755

Juzuu ya 3, Kitabu cha 47, Hadithi namba 755:

Imeelezwa na 'Urwa kutoka kwa 'Aisha:

Wake za Mtume wa Allah walikuwa katika makundi mawili. Kundi moja lilikuwa na 'Aisha, Hafsa, Safiyya na Sauda; na kundi lingine lilikuwa na Um Salama na wake wengine wa Mtume wa Allah. Waislamu walijua kwamba Mtume wa Allah alimpenda 'Aisha, kwa hiyo ikiwa yeyote kati yao alitaka kumpa zawadi Mtume wa Allah, basi, alisubiri hadi Mtume wa Allah alipokuwa amekwenda nyumbani kwa 'Aisha na kisha angemtumia zawadi yake nyumbani kwa

Aisha. Kwanini Malaika Jibril hakumsumbua alipokuwa akilala na wake zake wengine katika boma yake? Hili ni swali ambalo wachache sana wa wanazuoni na wanahistoria wa Kiislamu wamejibu. Ukweli ni kwamba isipokuwa kwa Aisha, wake wengine wote wa Muhammad walikuwa wamekomaa, wameendelea na walikuwa na uzoefu wa majaribu, dhiki na udanganyifu wa maisha kwa ujumla. Baadhi yao tayari walikuwa na watoto wakubwa. Haikuwa rahisi kwa Muhammad kuwashawishi hawa wanawake kuhusu mawasiliano yake na Allah kupitia Jibril. Hawangeamini kwa urahisi hadithi za uongo za Muhammad. Ingawa walilazimishwa kuishi katika boma yake, bado hawakuweza, kwa kina cha akili yao, kuidhinisha madai yote ya Muhammad. Kwa hivyo, bila shaka Aisha, kwa utoto wake na ujinga, alikuwa chanzo cha msukumo wa kimungu wa Muhammad! Muhammad alikuwa akicheza tu na akili ya mtoto ambaye huamini aina zote za hadithi za mizimu na Majini, Santa Klaus, Farasi wenye mabawa, shetani, wanyama wa ajabu na wahusika wa hadithi za uwongo.

Hadithi zifuatazo kutoka Sahih Bukhari zinaonyesha kwamba Allah alimwambia Muhammad tu wakati alilala na Aisha:

Muhammad alikuwa akipata ufunuo au wahyi wa kimungu akiwa kitandani kwa Aisha... 3.47.755

Kitabu cha 3, Hadithi ya 47, Nambari ya 755:

Imesimuliwa 'Urwa kutoka kwa 'Aisha:

Wake za Mtume wa Allah walikuwa katika makundi mawili. Kundi moja lilikuwa na 'Aisha, Hafsa, Safiyya, na Sauda; na kundi lingine lilikuwa na Um Salama na wake wengine wa Mtume wa Allah. Waislamu walijua kuwa Mtume wa Allah alimpenda 'Aisha, kwa hiyo ikiwa mmoja wao alitaka kumpa zawadi Mtume wa Allah, alisubiri hadi atakapofika nyumbani kwa 'Aisha, kisha angemtumia zawadi yake kwa nyumba ya 'Aisha. Kundi la Um Salama walijadili jambo hilo pamoja na wakakubaliana kuwa Um Salama aseme kwa Mtume wa Allah kuwaruhusu watu watume zawadi zao anapo kuwa na mke wake yote yule na sio kwa Aisha pekee. Um Salama alimwambia Mtume wa Allah kuhusu walichosema, lakini hakujibu. Kisha wale (wake) wakamwuliza Um Salama juu ya hilo. Alisema, "Hakuniambia chochote." Walimuomba azungumze naye tena. Alizungumza naye tena alipokutana naye siku yake, lakini hakuwa na jibu. Walipomuuliza tena, alijibu kuwa hakuwa na jibu. Wakamwambia, "Mzungumze naye mpaka akupe jibu." Ilipokuwa zamu yake, aliongea naye tena. Kisha akamwambia, "Usinidhuru juu ya Aisha, kwa sababu wahyi haunijii kwenye kitanda kingine isipokuwa cha Aisha." Kwa hivyo Um Salama alisema, "Najuta kwa kukuumiza." Kisha kundi la Um Salama likamwita Fatima, binti wa Mtume wa Allah, na kumtuma kwa Mtume wa Allah kumwambia, "Wake zako wanakuomba uwatendee usawa wewe na binti wa Abu Bakr." Kisha Fatima akamfikishia ujumbe huo. Mtume akasema, "Ewe binti yangu! Humpendi yule ninayempenda?" Alijibu kwa ndio na kurudi na kuwaambia kuhusu hali hiyo. Walimuomba aende kwake tena lakini alikataa. Kisha wakamtuma Zainab bint Jahsh ambaye alikwenda kwake na kutumia maneno makali akisema, "Wake zako wanakuomba uwatendee haki wewe na binti wa Ibn Abu Quhafa kwa usawa." Aliinua sauti yake na kumtukana 'Aisha mbele yake kiasi kwamba Mtume wa Allah alimwangalia 'Aisha kuona kama angejibu. 'Aisha alianza kumjibu Zainab hadi akamwacha kimya. Kisha Mtume akamwangalia 'Aisha na kusema, "Kwa hakika wewe ni binti wa Abu Bakr."

Wahyi wa kiungu ulimjia Muhammad tu wakati alilala na 'Aisha... 5.57:119

Kitabu cha 5, Hadithi ya 119:

Imepokelewa kutoka kwa baba yake Hisham:

Watu walikuwa wanatuma zawadi kwa Mtume siku ya zamu ya 'Aisha. 'Aisha alisema, "Wenzangu (yaani, wake wengine wa Mtume) walikusanyika nyumbani kwa Um Salama na wakasema, "Ewe Um Salama! Kwa Allah, watu wanachagua kutuma zawadi siku ya zamu ya 'Aisha na sisi pia, tunapenda mema (yaani, zawadi n.k.) kama 'Aisha anavyopenda. Unapaswa kumwambia Mtume wa Allah awaambie watu watume zawadi zao kwake popote atakapokuwa, au popote zamu yake itakapokuwa." Um Salama alimwambia hivyo Mtume na akaondoka, na aliporudi kwake (yaani, Um Salama), alirudia hivyo hivyo, na Mtume tena aligeuka na kuondoka, na alipomwambia hivyo kwa mara ya tatu, Mtume alisema, "Ewe Um Salama! Usinisumbue kwa kumdhuru 'Aisha, kwa sababu kwa Allah, Ufunuo wa Kiungu haujawahi kuja kwangu wakati nilikuwa chini ya blanketi ya mwanamke yeyote kati yenu isipokuwa yeye, yaani Aisha."

'Aisha hakumuona Jibril wakati Muhammad alimtambulisha Jibril kwake 4.54.440

Kitabu cha 4, Hadithi ya 440:

Imepokelewa kutoka kwa Abu Salama:

'Aisha alisema kwamba Mtume alimwambia "Ewe 'Aisha' Huyu ni Jibril na anakusalimia wewe." 'Aisha alisema, "Namsalamia pia (Salutations) yeye, na Rehema na Baraka za Allah ziwe juu yake," na akimzungumzia Mtume alisema, "Wewe unayaona yale nisiyoyaona."

Muhammad alimwambia Aisha kwamba Jibril alimsalimia 8.74.270

Kitabu cha 8, Hadithi ya 270:

Imepokelewa kutoka kwa 'Aisha: kwamba Mtume alimwambia, "Jibril anakusalimia Aisha." Aisha alijibu, "Wa

Hadithi iliyotajwa hapo juu inatuambia wazi jinsi Muhammad alivyotumia ujinga na akili isiyoiva ya mtoto kudai ufunuo wake wa kiungu. Kwa kweli, Muhammad mwenyewe aliandika sehemu fulani za Qur'an alipokuwa akilala na Aisha. Sahih Bukhari inathibitisha hili:

Muhammad alikuwa akisoma Qur'an akiegemea kwa Aisha ambaye alikuwa ana hedhi 1.6.296

Kitabu cha 1, Sura ya 6, Hadithi namba 296: Imepokewa kutoka kwa 'Aisha:

Mtume alikuwa akilaza kichwa chake kwenye paja langu na kusoma Qur'an nilipokuwa katika hedhi.

Hata mwandishi wa Qur'an wa Muhammad, Zayd B. Thabit anakiri kuwa baadhi ya aya za Qur'an zilifanyiwa mabadiliko. Hapa kuna hadithi kutoka Sahih Bukhari kuhusu hilo: Baadhi ya aya za Qur'an zilifanyiwa mabadiliko (aya ya 33:23) 5.59.379

Kitabu cha 5, Sura ya 59, Hadithi namba 379: Imepokewa kutoka kwa Zaid bin Thabit:

Tulipoandika Qur'an Takatifu, nilikosa aya moja ya Surat-al-Ahzab ambayo nilikuwa namsikia Mtume wa Allah akiisoma. Kisha tukatafuta na tukapata kwa Khuzaima bin Thabit Al-Ansari. Aya ilikuwa:

"Miongoni mwa Waumini ni wanaume walioamini kwa hayo waliyoahidi kwa Mwenyezi Mungu. Basi katika hao wako walio timiza ahadi zao kwa Mwenyezi Mungu. Na wako waliojisimamishia uhai wao kwa kuitii njia ya Mwenyezi Mungu, na hawakubadili mabadiliko yoyote. " (33:23). Kwahiyo tukaandika hii badala yake katika Qur'an.

Hadithi hiyo hapo juu inatuambia kwamba baadhi ya aya za Qur'an ziliandikwa na watu ambao sio waandishi rasmi wa Qur'an wa Muhammad. Tafadhali kumbuka kwamba

Khuzaima B. Thabit al-Ansari, aliyetajwa katika Hadithi hii, hakuwa mmoja wa waandishi rasmi wa Qur'an wa Muhammad.

Katika Sahih Muslim tunasoma Hadithi ifuatayo: Muhammad alikuwa akisoma Qur'an akiwa amelala kwenye paja la Aisha alipokuwa katika hedhi 3.0591

Kitabu cha 3, Namba ya 0591:

'Aisha alisema: Mtume wa Allah (amani iwe juu yake) alikuwa akilaza kichwa chake kwenye paja langu nilipokuwa katika hedhi, na kusoma Qur'an.

Ikiwa marejeo haya hayatoshi kuonyesha kwamba Aisha alikuwa na jukumu muhimu katika uandishi wa Qur'an, basi Hadithi hii kutoka Sahih Muslim inatuambia kwamba Aisha, kwa kweli, alibadilisha aya za Qur'an. Hadithi hii inatuambia kwamba baada ya kifo cha Muhammad, Qur'an ilikusanywa kwa ajili ya Aisha pekee. Kisha Aisha alitoa maagizo kwa mwandishi wake wa kumbukumbu kuhusu aya za Qur'an akidai kuwa ndivyo Muhammad alivyokuwa akisoma aya hiyo (2:238)

Hapa ni Hadith kutoka Sahih Muslim:

Kitabu cha 004, Nambari ya 1316:

Abu Yunus, mtumwa aliyeachiliwa huru wa 'A'isha alisema: 'A'isha aliniagiza nitengeneze nakala ya Qur'an kwa ajili yake na akasema: Utakapofika aya hii: "Shikeni Sala na Sala ya katikati" (ii. 238), nijulishe; kwa hivyo, nilipofika huko, nilimjulisha na yeye akaniongoza (kama hivi): Shikeni Sala na Sala ya katikati na Sala ya alasiri, na simameni kwa utiifu kwa Allah. 'A'isha alisema: Hivi ndivyo nilivyosikia kutoka kwa Mtume wa Allah (amani iwe juu yake).

Kutoka Sahih Bukhari pia tunajifunza kwamba Sura mbili muhimu, Surah al-Bakara (Sura 2) na Surah an-Nisa (Surah 4) zilikuwa zimeandikwa katika uwepo wa Aisha. Pia anafunua kwamba aya ya kwanza ilikuwa juu ya Pepo na

Moto - kinyume na madai ya wengi wa wanahistoria wa Kiislamu kwamba zilikuwa aya chache za kwanza katika Sura al-Alaq (Surah 96). Hadithi hii pia inatufahamisha kwamba kulikuwa na matoleo kadhaa ya Qur'an, na Aisha alikuwa na toleo lake ambalo lilikuwa tofauti na matoleo mengine. Je! Inawezekana kwamba Aisha mwenyewe aliongeza au kufuta aya kutoka kwa toleo lake la Qur'an? Hebu tusome hii Hadithi:

Jinsi ambavyo ufahamu ulibadilishwa kwa kufaa malengo ... 6.61.515

Kitabu cha 6, Nambari ya 61, Nambari ya 515:
Imehadithiwa na Yusuf bin Mahk:

Nilipokuwa na Aisha, mama wa Waumini, mtu kutoka Iraq alikuja na kuuliza, "Je! aina gani ya sanda ni bora zaidi?" 'Aisha alisema, "Mwenyezi Mungu akurehemu! Ina maana gani?" Akasema, "Ewe mama wa Waumini! Nionyeshe (nakala ya) Qur'an yako," Akasema, "Kwa nini?" Akasema, "Kwa ajili ya kukusanya na kupanga Qur'an kulingana nayo, kwa sababu watu wanaisoma kwa kusoma sura zake si kwa mpangilio sahihi." 'Aisha akasema, "Ina maana gani kusoma sehemu yake kwanza? (Jua) kwamba kitu cha kwanza kilichofunuliwa kilikuwa ni Sura kutoka kwa Al-Mufassal, na katika hiyo kulitajwa Pepo na Moto. Wakati watu walipokubali Uislamu, aya zilizohusu mambo halali na haramu zilifunuliwa. Ikiwa kitu cha kwanza kufunuliwa kingekuwa: "Usinywe vinywaji vya pombe." watu wangesema, 'Hatutaacha vinywaji vya pombe,' na kama kungefunuliwa, 'Usifanye ngono haramu,' wangesema, 'Hatutaiacha ngono haramu.' Nilipokuwa msichana mdogo wa umri wa kucheza, Aya ifuatayo ilifunuliwa huko Mecca kwa Muhammad: 'La! Bali Saa ni muda wao uliowekwa (kwa malipo yao kamili), na Saa itakuwa kali zaidi na chungu zaidi.' (54.46) Sura Al-Baqara (Surah ya Ng'ombe) na Surat An-Nisa

(Surah ya Wanawake) zilifunuliwa nilipokuwa naye." Kisha 'Aisha alitoa nakala ya Qur'an kwa mtu huyo na kumuongoza Aya za Sura (kwa mpangilio sahihi).
Muhammad bin Abdullah (Amani Iwe Juu Yake)

Hakuna shaka hata kidogo kwamba Muhammad mwenyewe alitunga baadhi ya aya za Qur'an. Hata hivyo, kutokana na upungufu wake wa kutokuwa na elimu (kama inavyodaiwa katika Qur'an), alilazimika kuhusisha waandishi kadhaa ili kuandika kile alichokifikiria. Ikiwa mtu atasoma Qur'an kwa makini, hataweza kushindwa kugundua aya nyingi kama hizi ambazo zinaonyesha wazi kwamba ni Muhammad anayeongea katika aya hizi na si Allah - kupitia mjumbe wake Jibril. Hapa nimeorodhesha baadhi ya aya hizo:

006.104 "Sasa zimefika kwako ishara kutoka kwa Mola wako Mlezi, na yule atakayekuwa akiona, anajiongezea nafsi yake, na yule atakayekuwa kipofu, basi atakuwa na madhara nafsini mwake mwenyewe. Mimi si mlinzi juu yao."

Maneno "Mimi si mlinzi juu yenu" yanathibitisha kuwa ni maneno ya Muhammad.

006.114 Sema: "Je, niwatafute wasuluhisho wengine badala ya Allah, na hali Yeye ndiye Aliyekuteremshieni Kitabu kinachofafanuliwa?" Na wale tulio wapa Kitabu wanajua kwamba kimeteremshwa kutoka kwa Mola wako Mlezi kwa haki. Basi usiwe miongoni mwa wanao shaka.

Maneno "Je, niwatafute wasuluhisho wengine badala ya Allah?" ni bila shaka ni maneno ya Muhammad.

Tafadhali kumbuka kwamba mkalimani Yusuf Ali aliongeza neno "Sema" mwanzoni mwa aya hii. Katika Qur'an halisi, hakuna neno "Sema" (Kul kwa Kiarabu). Hapa kuna tafsiri za Pickthal na Shakir, wakalimani wengine wawili wa Qur'an wanaoaminika.

PICKTHAL: Je, niwatafute wasuluhisho wengine badala ya Allah, na hali Yeye ndiye Aliyekuteremshieni Kitabu hiki kilichoelezwa kwa undani? Wale ambao tulikuwa tumewapa Kitabu kabla yake wanajua kwamba kimefunuliwa kutoka kwa Mola wako Mlezi kwa haki. Basi usiwe miongoni mwa wanao wavuvi.

SHAKIR: Je, basi nitafute hakimu asiye kuwa Allah? Na Yeye ndiye Aliyekuteremshia Kitabu (ambacho) kimefafanuliwa; na wale tulio wapa Kitabu wanajua kwamba kimeteremshwa kwa haki kutoka kwa Mola wako Mlezi, basi usiwe miongoni mwa wanao tuhumi.

114. *Afaghayra Allahi abtaghee hakaman wahuwa allathee anzala ilaykumu alkitaba mufassalan waallatheena ataynahumu alkitaba yaAAlamoona annahu munazzalun min rabbika bialhaqqi fala takoonanna mina almumtareena*

Translation: Je, nitafute hakimu asiye kuwa Allah? Na hali Yeye ndiye aliyeiteremsha kwenu Kitabu kilichofafanuliwa. Na wale tulio wapa Kitabu wanajua ya kuwa hicho kilicho teremshwa kwako kutoka kwa Mola wako ni haki kabisa. Basi usiwe miongoni mwa wanao shaka.

019.009 *Amesema: "Hivyo (itakuwa), Mola wako amesema: Hiyo ni nyepesi kwangu. Hakika nilikuumba zamani, hali wewe hukuwa kitu."*

Translation: Amesema: "Basi, Mola wako amesema: Hilo ni rahisi kwangu. Hakika nilikuumba kabla ya hapo, hali wewe hukuwa kitu!"

Katika aya hizi mbili, hakuna malaika au Muhammad anayeongea. Badala yake, ni maneno ya Mola wao (Allah) yanayotajwa na wengine.

019.064 *(Malaika wanasema): "Hatuteremki isipokuwa kwa amri ya Mola wako. Kwake Yeye ni kila kilicho mbele yetu na kilicho nyuma yetu na kile kilicho katikati yetu. Na Mola wako hamsahau chochote.*

Translation: (Malaika wanasema): "Hatuteremki isipokuwa kwa amri ya Mola wako. Kwake Yeye ni kila kilicho mbele yetu na kilicho nyuma yetu na kile kilicho katikati yetu. Na Mola wako hamwachi kamwe.

037.164 (Walio safu moja moja husema): "Hakuna mmoja wetu isipokuwa anao mahali uliopangiwa, 037.165 "Na sisi hakika ni walio safu moja moja kwa ajili ya kuhudumia. 037.166 "Na hakika sisi ndio wanaotakasa (utukufu wa) Mwenyezi Mungu."

Translation: (Walio safu moja moja husema): "Hakuna mmoja wetu isipokuwa anao mahali uliopangiwa, Na sisi hakika ni walio safu moja moja kwa ajili ya kuhudumia. Na hakika sisi ndio wanaotakasa (utukufu wa) Mwenyezi Mungu."

Katika aya hizi tatu, pia hakuna malaika au Muhammad anayeongea. Badala yake, ni malaika wanaotajwa kuzungumza au kuelezea mambo.

051.050 "Basi jitahidini kwa Mwenyezi Mungu. Hakika mimi ni mtume kwenu mwenye kuwapa onyo wazi wazi."

Hapa anayezungumza ni malaika au Muhammad na si Allah.

053.002 Rafiki yako hajapotea wala hajakengeuka.
Je, si Muhammad anayezungumza hapa?

070.040 Sasa naapa kwa Mola wa pande zote za Mashariki na Magharibi kwamba kwa hakika Tunaweza-

070.041 Kuwabadilisha na watu bora kuliko wao; na hatutashindwa (katika Mpango wetu).
Je, si Muhammad anayezungumza hapa?

086.017 Basi wape muda makafiri: Wape nafasi kwa upole (kwa muda).
Je, si Muhammad anayezungumza hapa?

Aya muhimu zaidi katika Qur'an, yaani Surah al-Fateha (Surah 1) bila shaka ilitengenezwa au andikwa na

Muhammad (au washairi wengine). Tafadhali soma Sura hii kwa makini:

001.001 Kwa jina la Allah, Mwingi wa rehema, Mwenye kurehemu.

001.002 Sifa njema zinamstahiki Allah, Mola Mlezi wa viumbe vyote,

001.003 Mwingi wa rehema, Mwenye kurehemu,

001.004 Mwenye kumiliki Siku ya Malipo.

001.005 Wewe peke yako tunakuabudu, na Wewe pekee tunakuomba msaada.

001.006 Tuongoze kwenye Njia Iliyonyooka,

001.007 Njia ya wale Uliowaneemesha, siyo ya wale waliokasirikiwa, wala siyo ya waliopotea.

Wasomaji wanapaswa kuzingatia kwamba neno "Sema" halikutajwa mwanzoni mwa hii aya. (Kul kwa Kiarabu) mwanzoni mwa aya hii. Kwa hivyo, nani anamuomba Allah katika Surah hii? Je, Allah anajiomba mwenyewe? Ni hali ya kipumbavu sana, unapofikiria kuhusu hizi aya! Tatizo hili linatatuliwa mara moja tunapogundua kwamba ni Muhammad pekee anayewaomba wafuasi wake kumuomba Allah. Kihistoria, Surah hii ni moja ya Surat tano za kwanza (ni ya tano au ya sita, kulingana na baadhi) ya Qur'an. Wakati huo, Muhammad alikuwa tu anaanza kuhubiri Hanifism yake (Uislamu) na aliitunga aya hii (wengine wanasema kwa kuiga sala ya Kiyahudi) kwa wafuasi wake wachache.

Ikiwa ushahidi mzito zaidi unahitajika kuthibitisha kwamba Muhammad alitunga aya fulani za Qur'an, basi hii Ummul Qur'an (Surah Fateha), aya saba zilizorejelewa mara nyingi zaidi ni mfano dhahiri wa uthibitisho huo.

Na Muhammad alikuwa anajibuje watu walipotaka kuona jinsi Ufunuo wa Allah ulivyomjia? Hapa kuna Hadith kutoka Sahih Muslim inayo eleza wazi kuwa Umar alikuwa anamficha Muhammad chini ya kitambaa na Muhammad alikuwa amelala akikoroma kama Ngamia (na kujifanya kuwa Allah anamzungumza). Baadhi ya watu walikuwa na hamu na wakachungulia katika tundu na hili ndio walilo liona:

Wakati wa Ufunuo, Umar alikuwa anamfunika Muhammad na kitambaa na Muhammad alikuwa akikoroma kama Ngamia 7.2654 (Sahih Muslim)

Kitabu 007, Nambari 2654:

Ya'la B. Umayya aliripoti kwa mamlaka ya baba yake (Allah awaridhie) kwamba mtu alimwendea Mtume wa Allah (amani iwe juu yake) akiwa Ji'rana na alikuwa amevaa kanzu iliyotiwa manukato, au yeye (msemi) alisema: Kulikuwa na alama ya njano juu yake. Akasema (kwa Mtume Mtakatifu): Unaniamuru nifanye nini wakati wa Umra yangu? (Ilikuwa wakati huu) kwamba Ufunuo ulimjia Mtume wa Allah (amani iwe juu yake) na alifunikwa na kitambaa, na Ya'la alisema: Laiti ningekuwa wakati Ufunuo unamjia Mtume wa Allah (amani iwe juu yake). Yeye (Hadrat 'Umar) alisema: Je! Itakufurahisha kuona Mtume wa Allah (amani iwe juu yake) anapokea ufunuo? 'Umar alipandisha kona ya kitambaa na nilimwangalia na alikuwa akitoa sauti ya kukoroma. Yeye (msemi) alisema: Nilidhani ni sauti ya Ngamia. Alipokolea hilo alisema: Yuko wapi yule aliyeuliza kuhusu Umra? Mtu alipofika, Mtume Mtakatifu (amani iwe juu yake) alisema: Osha alama ya njano, au alisema: alama ya manukato na vua kanzu yako na ufanye katika 'Umra yako kile unachofanya katika Hajj yako.

Hivyo ndivyo Allah alivyozungumza na Muhammad - kupitia sauti ya Ngamia!

Kipofu amsahihisha Allah na Qur'an

Mwisho, kama uthibitisho wa mwisho kwamba Muhammad alisahihisha na au kuongeza na au kuondoa maudhui ya aya kama ilivyohitajika na au kama watu walivyohitaji, hapa kuna mfano wa Ibn Umm Maktum, kipofu wa Mecca. Aliomba Muhammad asahihishe aya ili kumwondolea kipofu kushiriki katika Jihad. Kipofu huyu alikuwa akisikiliza mahubiri ya Muhammad na alitaka kujadili naye baadhi ya mambo ya Uislamu. Hata hivyo, Muhammad alimwacha kwanza, lakini baadaye alijuta sana kwa kumwacha huyu kipofu. Kwa hivyo Allah, katika Surah al-Abasa (Aliyepindua uso) (Surah 80, utaratibu wa kiidadi 24) alimlaumu Muhammad. Ibn Umm Maktum hatimaye alikubali Uislamu na akawa mshirika wa karibu sana wa Muhammad. Wakati Muhammad alipohimiza juu ya ukuu wa wale wanaoshiriki katika Jihad au vita vitakatifu kipofu huyu alikuwa na wasiwasi wa kushiriki katika mapambano kama hayo na alitaka kuondolewa. Wakati wa kuandika aya hii (4:95) Muhammad alimsahau kipofu huyu. Kwahiyo, Ibn Umm Maktum alimkumbusha kesi yake. Kulingana na hilo, Muhammad haraka alibadilisha aya yake.

Hapa kuna hadithi mbili kutoka Sahih Bukhari juu ya jinsi Ibn Umm Maktum alivyobadilisha akili ya Allah!

Muhammad alimwita Zayd kuandika ufunuo wake (4:95)...6.60.117

Kitabu cha 6, Hadithi ya 60, Nambari ya 117:

Imehadithiwa na Al-Bara:

Wakati hii Aya: "Hawalingani walioamini waliochukua maskani" (4.95) ilifunuliwa, Mtume wa Allah alimwita Zaid kuandika. Wakati huo huo Ibn Um Maktum alikuja na kulalamika kuhusu upofu wake, kwa hivyo Allah alifunua: "Isipokuwa wale ambao wamelemazwa (kwa majeraha au vipofu au vilema ...)" (4.95)

Hapa kuna toleo lingine la Hadith hiyo:

Muhammad alibadilisha haraka aya ili kumridhisha kipofu aliyetaka kujiunga na Jihad (4:95) 6.61.512

Kitabu cha 6, Surah ya 61, Hadithi ya 512: Al- Bara

Ameeleza: Aya ilifunuliwa: "Sio sawa kati ya waumini wanaoketi (nyumbani) na wale wanaopigania katika Njia ya Allah" (4.95)

Mtume alisema, "Mwiteni Zaid aje na ubao, kalamu na kitete cha bega (au kitete cha bega na kalamu)." Kisha akasema, "Andika: 'Sio sawa kati ya Waumini wanaoketi ..'", na wakati huo 'Amr bin Um Maktum, kipofu, alikuwa ameketi nyuma ya Mtume. Akasema, "Ewe Mtume wa Allah! Ni agizo gani ulilonipa (kwa kuhusiana na aya hiyo hapo juu) kwa kuwa mimi ni kipofu?"

Basi, badala ya aya hiyo hapo juu, aya ifuatayo ilifunuliwa:

"Sio sawa kati ya waumini wanaoketi (nyumbani) isipokuwa wale ambao wana ulemavu (kwa sababu ya jeraha au ni vipofu au vilema nk.) na wale wanaopigania katika Njia ya Allah." (4.95)

Na hapa kuna Hadithi sawa kutoka Sahih Muslim:
Kitabu cha 20, Hadithi ya 4676:

Imeelezwa kutoka kwa Abu Ishaq, kwamba alimsikia Bara' akizungumzia aya ya Qur'an: "Wale wanaoketi (nyumbani) miongoni mwa waumini na wale wanaotoka kwa Jihad katika njia ya Allah sio sawa" (iv. 95). (Alisema kwamba) Mtume wa Allah (amani iwe juu yake) aliagiza Zaid (kuandika aya hiyo). Alileta kitete cha bega (cha Ngamia aliyechinjwa) na kuandika aya hiyo juu yake. Mwana wa Umm Maktum alilalamikia upofu wake kwa Mtume (amani iwe juu yake). (Kwa hili) iliteremshwa ufunuo: "Wale waumini ambao wamekaa (nyumbani) bila matatizo (ugonjwa, ulemavu, upofu)" (iv. 95). Hadithi hii imetolewa kwa njia mbili za wasimulizi.

Hitimisho

Qur'an Takatifu haikuchapishwa na wala teremshwa na Mwenyezi Mungu. Mwenyezi Mungu, ikiwa yupo, lazima awe na mambo mengi muhimu. Hana wakati wa kuandika andiko lisiloeleweka, lisilo na uhakika, linalorudia rudia na lenye makosa kwa ajili ya kuongoza wanadamu.

Baadhi ya watu wenye hamu na wajanja, kwa jina la Allah, walikusanyika chini ya uongozi wa Muhammad ili kuunda Qur'an kwa kubadilisha, kurekebisha na kuiga moja kwa moja maandiko mengine na uongo wa wakati huo. Walifanya hivi ili kukuza na kuendeleza malengo yao ya kisiasa ya kutawala Rasi ya Arabia, na baadaye nchi nyingi nyingine zenye amani.

Qur'an ni kazi ya watu wachache wenye hila na ni jaribio la kuwadanganya watu dhaifu wa dunia, ni jitihada ya makusudi ya kuiweka nchi ya Kiarabu kuwa bora. Waislamu wote lazima wajifunze lugha ya Kiarabu ili waweze kusoma Qur'an na kutoa sala, kutumia jina la Kiarabu na kuzingatia utamaduni wa Kiislamu (soma Waarabu wa Bedouin).

Huu ni ukoloni wa Kiarabu ulio wazi chini ya kivuli cha kusambaza ujumbe wa Qur'an Takatifu. Ukweli usiopingika kuhusu uandishi wa Qur'an na mpango wake wa siri ni ubeberu wa Kiarabu unaonekana kuwa ajenda kuu ya Qur'an.

Orodha ya marejeo

Qur'an Takatifu, toleo la mtandao la tafsiri tatu za Kiingereza zinaweza kusomwa kwenye:

http://www.usc.edu/dept/MSA/Qur'an/

Ali, Abdullah, Yusuf, Qur'an Takatifu: Tafsiri na Ufafanuzi, Amana Corp., Brentwood, Maryland, 1983. al-

Bukhari, Muhammad b. Ismail, Sahi Bukhari, imefasiriwa kwa Kiingereza na Dkt. Muhammad Muhsin Khan: [http://www.usc.edu/dept/MSA/fundamentals/hadithsunn ah/bukhari/]

Muslim, Abu al-Hussain b. al-Hajjaj al-Qushairi, Sahi Muslim, imefasiriwa kwa Kiingereza na Abdul Hamid Siddiqui: [http://www.usc.edu/dept/MSA/fundamentals/hadithsunn ah/muslim/]

Hughes, Patrick Thomas, Kamusi ya Kiislamu; ilichapishwa kwa mara ya kwanza mwaka 1886; kuchapishwa upya na Kazi Publications Inc., Chicago, 1994. Asili ya Qur'an, iliyohaririwa na Ibn Warraq, Prometheus Books, Amherst, New York, 1998. I

bn Ishaq, Muhammad b. Yasr, Sirat Rasul Allah, imefasiriwa kwa Kiingereza na A. Guillaume; ilichapishwa kwa mara ya kwanza na Oxford University Press, London mwaka 1955; kuchapishwa upya mara ya 15 na Oxford University Press, Karachi, Pakistan, 2001.

Ibn Sad, Abu Abd Allah Muhammad, Kitab al-Tabaqat, juzuu ya kwanza, imefasiriwa kwa Kiingereza na S. Moinul Haq, Kitab Bhavan; 1784, Kalam Mahal, Daraya Ganj, New Delhi, India, 1972.

Ibn Sad, Abu Abd Allah Muhammad, Kitab al-Tabaqat, juzuu ya pili, imefasiriwa kwa Kiingereza na S. Moinul Haq, Kitab Bhavan; 1784, Kalam Mahal, Daraya Ganj, New Delhi, India, 1972.

Ibn al-Kalbi, Hisham, Kitabu cha Masanamu (Kitab Al-Asnam), imefasiriwa kwa Kiingereza na Nabih Amin Faris, Princeton University Press, 1952.

[http://www.answering-islam.org/Books/Al-Kalbi/index.htm]

Al-Misri, Ahmed ibn Naqib, Raliance of the Traveller (Umdat al-Salik), toleo lililorekebishwa, imefasiriwa na Nuh Ha Mim Keller, Amana Publications, Bettsville, Maryland, 1999.

SEHEMU YA SITA
MUHAMMAD ALITAMKA AYA ZA SHETANI

Moja ya matukio ya aibu zaidi katika maisha ya Muhammad yalitokea wakati Shetani aliweka maneno yake kwenye kinywa cha Muhammad, na Muhammad akasema maneno ya Shetani kama maneno ya Allah. Tukio hili lilijulikana kama "Aya za Shetani". Bila shaka, tukio hili ni aibu kwa Waislam leo. Na kama kawaida, Waislam wanakana na kupuuza tukio lote kama hadithi iliyogunduliwa na maadui wa Uislamu. Walakini, uwongo na udanganyifu wao hauwezi kuteteleka kabisa kwa sababu tuna Uislamu upande wetu kuthibitisha hilo. Tukio hili limeandikwa katika vyanzo vya mapema zaidi vya Kiislamu vinavyopatikana katika maisha ya Muhammad.

Tukio la Aya za Shetani sio tukio lisilojulikana. Tukio hili limeandikwa vizuri katika vyanzo vingi vya Kiislamu vinavyoaminika. Imeandikwa katika vyanzo vya Kiislamu vya awali kabisa katika maisha ya Muhammad. Wasomi maarufu wa Kiislamu kama Ibn Ishaq, Ibn Sa'd, na al-Tabari wote wameandika tukio hili katika kazi zao za kitaaluma. Wote wametoa ushahidi wa Aya za Shetani kama tukio halisi. Na hakuna yeyote kati yao ambaye ni adui wa Uislamu. Na Waislam walioelimika wanajua hili.

Katika maoni yake kuhusu ukweli wa tukio la Aya za Shetani, mwanazuoni mashuhuri wa Kiislamu, Shahab Ahmed, alisema:

Tukio la Aya za Shetani lilikuwa ni sehemu ya kawaida katika kumbukumbu ya kihistoria ya jamii ya Waislamu katika miaka 150 ya kwanza ya Uislamu na limeandikwa na wanazuoni wengi mashuhuri wanaofanya kazi katika Jamii ya Kiislam. (Shahab Ahmed, The Satanic Verses Incident in the Memory of the Early Muslim Community - An Analysis of the Early Riwayahs and their Isnads, uk. i)

Na Shahab Ahmed pia alibainisha kwamba tukio la Aya za Shetani limeandikwa na kuthibitishwa katika maoni mengi ya kihistoria na ya kitaalamu ya Waislamu wa zamani:

Tukio la Aya za Shetani linanakiliwa katika ripoti nyingi (kati ya 18 na 25) zilizotawanyika katika Sirah Nabawiyyah na fasihi ya Tafsiri zinazoanzia katika karne mbili za kwanza za Uislamu. Ishara ni kwamba tukio hilo lilikuwa sehemu ya kawaida katika kumbukumbu ya kihistoria ya jamii ya Waislamu wa mapema kuhusu maisha ya Muhammad mwanzilishi wa Uislam. (Shahab Ahmed, Ibn Taymiyyah and the Satanic Verses, uk. 70)

Kuna ushahidi wa kutosha kuonyesha kwamba tukio la Aya za Shetani lilifanyika kama ilivyoelezwa na wanazuoni wa Kiislamu wa zamani. Wanazuoni wengi mashuhuri wa Kiislamu walikubali kuwa tukio hilo ni la kweli. Kuna Waislamu ambao wanakataa hufanya hivyo kwa sababu hawawezi kuamini kwamba Mtume wao mpendwa angeweza kutenda dhambi dhidi ya Mungu kwa njia ya kukufuru. Karne nyingi mapema, Biblia Takatifu ilionya Wakristo:

1 Timotheo 4:1: "Hata Roho anena waziwazi ya kwamba nyakati za mwisho wengine watajitenga na imani,

wakisikiliza roho zidanganyazo na mafundisho ya mashetani."

1 Yohana 4:1: "Wapenzi, msiiamini kila roho, bali zijaribuni hizo roho kwamba zimetoka kwa Mungu; kwa sababu wengi wa manabii wa uongo wametokea duniani."

Hii inaonyesha kwamba maneno yanayoaminika yanaweza kutoka kwa vyanzo vingine isipokuwa Mungu wa kweli. Yanaweza kutoka kwa mashetani wanajifanya kuwa wa Mungu. Wale ambao hawakupata mwito wao kutoka kwa Mungu wa kweli wanaweza kudanganywa na mashetani ambao wanajifanya kutoa ujumbe wa Mungu wa kweli. Je! Muhammad alikuwa muathirika wa ushawishi wa kishetani? Je! Nguvu za kishetani zilikuwa zinafanya kazi katika ujumbe aliopokea Muhammad? Majibu ya maswali haya ni muhimu kwa Waislamu wote wenye nia njema na wanaotaka kujua ukweli kuhusu Uislamu. Ni muhimu sana kutumia vyanzo vya Kiislamu kujibu maswali haya. Hii ni muhimu ikiwa hatutaki kulaumiwa kwa ubaguzi.

Muhammad ibn Jarir al-Tabari (839 CE-923 CE) alikuwa mwanazuoni, mwanahistoria na mfasiri mashuhuri na mwenye ushawishi wa Qur'an. Hadi leo, anajulikana kwa utaalam wake katika Tafsiri (maelezo), Sheria ya Kiislamu na Historia ya Qur'an. Kazi yake muhimu na maarufu zaidi ni "Tarikh al-Tabari." Tafsiri ya Kiingereza ya kazi hii maarufu ya Kiislamu inajulikana kama "The History of al-Tabari." Katika kazi hii yenye heshima, al-Tabari alirekodi Muhammad akikiri kutamka aya za Shetani baada ya kudanganywa kabisa na Shetani:

Jioni hiyo, Jibril alimjia Muhammad na akamrekebisha na kurekebisha Surah yenye aya za Shetani, na alipofika kwenye aya mbili ambazo Shetani alikuwa amezitupa kwenye ulimi wa Muhammad, alisema, "Sikuleta haya mawili kwako." Kisha Mtume wa Allah akasema, "Nimezua mambo juu ya

Allah na nimemtuhumu kwa maneno ambayo hakuyasema."
(Historia ya al-Tabari - Muhammad huko Mecca)
Vyanzo vya Kiislam vya Mwanzo

Hadithi zinazohusisha tukio hili zinaweza kusomwa katika Vitabu vya Muhammad vilivyoandikwa na wasomi wafuatao wa Kiislamu:

Ibn Ishaq (704 CE - 767 CE) "Maisha ya Muhammad" ni tafsiri ya "Sirat Rasul Allah" ya Ibn Ishaq iliyoandikwa na Alfred Guillaume. (Hesabu ya Satanic Verses inaelezwa kwenye ukurasa 165-167) Al Waqidi (747 CE - 823 CE) "Maisha ya Mahomet," Juzuu ya 2, kurasa 150-152, na Muir. Marejeo kutoka "Kitabu al-Wakidi" Ibn Sa'd (784 CE - 845 CE) "Kitab al Tabaqat al Kabir" cha Ibn Sa'd, Juzuu ya 1, sehemu ya 1 na 2, kurasa 236-239, tafsiri ya S. Moinul Haq. Kufurahishwa kwa Muhammad kwa miungu ya sanamu imeandikwa katika Juzuu ya 1, ukurasa wa 237. Al-Tabari (838 CE - 923 CE) "Historia ya Tabari," iliyotafsiriwa na Watt. Tukio la Satanic Verses limeandikwa katika Juzuu ya VI, kurasa 170-178. Aya za Shetani.

Wakati Muhammad alikuwa anahubiri huko Mecca, hakuwa na wafuasi wengi wa dini yake mpya. Lakini alitaka wale kutoka kabila lake wakubali Uislamu. Alikuwa anatumaini kupata aya ya Qur'an ambayo ingewasaidia kukubali Uislamu. Kisha siku moja alipata ufunuo aliokuwa akiutamani. Sasa tutaangalia habari kamili ya tukio hili kama ilivyoandikwa na al-Tabari. Tafadhali soma hadithi yake kwa makini kwa sababu inaweka misingi ya mjadala wetu.
Historia ya Tabari, Al-Ta'rikh, Juzuu ya Kwanza:

"Nabii alikuwa na hamu ya ustawi wa watu wake, akitamani kuwavutia kwa njia yoyote ile. Imeelezwa kuwa alitamani njia ya kuwavutia, na sehemu ya kile alichofanya kwa lengo hilo ni kile alichoniambia Ibn Humayd, kutoka

Salama, kutoka Muhammad ibn Ishaq, kutoka Yazīd ibn Ziyād al-Madanī, kutoka Muhammad ibn Ka'b al-Qurazī:

Nabii alipoona watu wake wakimgeuzia kisogo, na akateseka kwa sababu ya kujiweka mbali na yale aliyoletewa na Mungu, alitamani sana Mungu ampe kitu ambacho kitamvuta karibu nao. Kwa upendo wake kwa watu wake na shauku yake kwa ajili yao, itamfurahisha kama baadhi ya mambo magumu aliyokutana nayo katika kushughulika nao yanaweza kupunguzwa. Alikuwa akifikiria hili katika nafsi yake, alitamani hilo, na alikuwa akihitaji hilo.

Kisha Mungu aliteremsha ufunuo. "Naapa kwa nyota inapozama! Rafiki yako hakuwahi kupotea au kupotoka, wala hatamani kwa matamanio yake tu ..." (Q.53:1) Alipofika kwenye aya za Mungu, "Je! Umeona Al-Lāt na Al-'Uzzā na Manāt, wa tatu, wa mwisho?" (Q.53:19-20) Shetani alitupia ulimi wake, kwa sababu ya kile alichokuwa amekifikiria ndani yake na kutamani kuleta kwa watu wake, "Hawa ni ndege wanaoruka juu sana na kuombea ni jambo la kutarajia."

Waliposikia hivyo Waquraishi, wakafurahi sana. Muhammad alichosema kuhusu miungu yao kiliwapendeza na kuwafurahisha, na wakamsikiliza. Waumini walimwamini nabii wao kuhusu yale aliyowaletea kutoka kwa Mola wao: hawakuwa na shaka yoyote, udanganyifu au kosa. Alipofika kwenye sujudu na kumaliza Surah, alisujudu na Waislamu wakamfuata, wakiwa na imani na yale aliyowaletea na kumtii amri yake. Wale mushrikūn wa Waquraishi na wengine ambao walikuwa msikitini pia walimsujudia kwa sababu ya yale waliyomsikia akisema kuhusu miungu yao. Katika msikiti mzima, hakukuwa na muumini au kāfir ambaye hakusujudu. Walikuwepo wachache kama vile al-Walīd bin al-Mughīra, ambaye alikuwa mzee na hakuweza kusujudu, alikamata udongo kutoka bonde la Mecca (na kuupiga kwenye paji lake la uso). Kisha kila mtu alitawanyika kutoka msikitini.

Waquraishi walienda nje na walifurahishwa na yale waliyosikia kuhusu jinsi alivyosema kuhusu miungu yao. Walikuwa wakisema, "Muhammad ameitaja miungu yetu kwa njia inayofaa sana. Katika alichosoma, alisema kuwa ni 'kuruusi wanaotua mbinguni wanaombewa shafa'a'".

Wafuasi wa Mtume ambao walikimbilia nchi ya Abyssinia waliposikia kuhusu suala la sujudu, na habari ziliripotiwa kwao kwamba Waquraishi walikubali Uislamu. Baadhi ya wanaume kati yao waliamua kurudi wakati wengine walibaki nyuma.

Jibril alimjia Mtume na kusema, *"Ewe Muhammad, umewasomea watu kitu ambacho sikuambiwa na Mwenyezi Mungu, na umesema kile ambacho hakuwaambia."* Wakati huo Mtume alisikitika sana na kumwogopa Mwenyezi Mungu.

Lakini Mungu, kwa huruma yake, alimtumia ufunuo, akimfariji na kupunguza ukubwa wa kile kilichotokea. Mungu alimwambia kwamba hapakuwepo nabii au mtume wa awali ambaye alitamani kama vile Muhammad alivyotamani, na kuhitaji kama vile Muhammad alivyohitaji, lakini Shetani alitupa ndani ya tamaa yake kama alivyotupa kwenye ulimi wa Muhammad. Lakini Mungu anafuta kile ambacho Shetani ameweka, na anaweka aya zake kwa utaratibu sahihi. Hii inamaanisha, 'wewe ni kama manabii na mitume wengine.' Na Mungu alifunua: "Hatukumtuma mtume au nabii kabla yako ambaye, alipotamani, Shetani alitupa ndani ya tamaa yake. Lakini Mungu anafuta kile ambacho Shetani ameweka, na kisha Mungu hupanga aya zake kwa utaratibu sahihi, kwa kuwa Mungu ni mjuzi wa yote na mwenye hekima." (Q.22:52)

Sasa tutatazama rekodi za kihistoria za mwanazuoni mwingine muhimu wa Uislamu. Anajulikana kama mmoja wa waandishi wa kihistoria wa awali wa Uislamu. Ibn Ishaq

aliandika kuhusu tukio la "Surah za Shetani" katika kazi yake inayoheshimiwa inayojulikana kama "Sirat Rasul Allah."
Sirat Rasul Allah:

"Sasa mjumbe alikuwa na wasiwasi kwa ajili ya watu wake, akitaka kuwavutia kadiri awezavyo. Imetajwa kwamba alitamani njia ya kuwavutia na njia aliyochukua ni ile aliyoelezewa na Ibn Hamid aliyeniambia kuwa Salama alisema M. B. Ishaq alimwambia kutoka Yazid B. Ziyad wa Madina kutoka M. B. Ka'b al-Qurazi: Mjumbe alipoona kuwa watu wake waligeuka nyuma yake na akahuzunika kwa kuwa wamejitenga na yale aliyoleta kutoka kwa Mungu, alitamani Mungu amletee ujumbe utakaowarudisha watu wake kwake. Kwasababu ya upendo wake kwa watu wake na wasiwasi wake juu yao, ingemfurahisha ikiwa kizuizi kilichofanya kazi yake iwe ngumu sana kingeweza kuondolewa; hivyo alifikiria juu ya mradi huo na kutamani hivyo, na ilimpendeza.

Kisha Mungu *alituma "Kwa nyota inapozama rafiki yako hukosei wala kukengeuka, wala hatamki kwa matamanio yake," na alipofika maneno yake "Je! Mmemwona al-Lat na al-'Uzza na Manat wa tatu, mwingine?" Shetani, alipokuwa akifikiria, na kutamani kuleta upatanishi kwa watu wake, akatia ulimi wake "hao ni Gharaniq walio juu ambao maombezi yao yamekubaliwa."*

Waliposikia hilo, Waquraishi walifurahi sana na walipendezwa sana na jinsi alivyozungumza juu ya miungu yao, na wakamsikiliza; huku waumini wakishikilia kwamba kile nabii wao alichokileta kutoka kwa Mola wao kilikuwa kweli, bila kushuku makosa au tamaa za bure, na alipofika sujudu na mwisho wa Surah ambayo alisujudu Waislamu walijisujudia alipojisujudia, wakithibitisha kile alichokileta na kumtii amri yake, na washirikina wa Waquraishi na wengine waliokuwepo msikitini walisujudu waliposikia kumbukumbu ya miungu yao, hivyo kila mtu katika msikiti muumini na asiye muumini walijisujudia, isipokuwa al-Walid B. al-Mughira ambaye alikuwa mzee hakuweza kufanya hivyo, kwa hiyo alitwaa kiganja cha udongo kutoka bonde na kukunja.

Kisha watu walitawanyika na Waquraishi walitoka, wakifurahi juu ya yale yaliyosemwa juu ya miungu yao, wakisema, "Muhammad amezungumza juu ya miungu yetu kwa mtindo mzuri. Alidai katika kile alichokisoma kwamba wao ni Gharaniq walio juu ambao maombezi yao yamekubaliwa."

Habari hizo zilifika kwa wafuasi wa nabii ambao walikuwa katika Abyssinia, na kuripotiwa kwamba Waquraishii walikubali Uislamu, kwa hivyo baadhi ya wanaume walirudi wakati wengine walibaki nyuma. Kisha Jibril alimjia mtume na kusema, "Umefanya nini, Muhammad? Uliwasomea watu hawa kitu ambacho sikukwambia kinakutoka kwa Mungu, na umezungumza yale ambayo Mungu hakukwambia." Mtume alikuwa na huzuni kali na alikuwa na hofu kubwa ya Mungu.

Alikuja Mwenyezi Mungu (kwa ufunuo) kwani alikuwa mwenye huruma kwa Mtume na akamfariji na kufanya jambo hilo kuwa jepesi na kumwambia kuwa kila nabii na mtume kabla yake walitamani kama alivyotamani yeye na kutaka kile alichokitaka na Shetani alipenyeza kitu katika tamaa zake kama alivyofanya kwa ulimi wake. Basi Mwenyezi Mungu akaondoa uovu wa Shetani na Mwenyezi Mungu akathibitisha aya zake, yaani wewe ni kama manabii na mitume.

Kisha Mwenyezi Mungu akateremsha: *"Hatukumtuma nabii yeyote au mtume kabla yako ila alipotamani Shetani alitupia wasiwasi katika tamaa yake. Lakini Mwenyezi Mungu ataondoa vile Shetani alivyopendekeza. Kisha Mwenyezi Mungu atathibitisha aya zake, Mwenyezi Mungu anajua na Mwenye hikima."* Kwa *hivyo Mwenyezi Mungu alipunguza huzuni ya Mtume wake, na kumfanya ajiweke salama kutokana na hofu zake na kuondoa vile Shetani alivyopendekeza katika maneno yaliyotumiwa hapo juu juu kuhusu miungu yao kwa ufunuo wake "Je! Wako wa kiume na wake Zake ni wa kike? Hiyo ilikuwa mgawanyo usio wa haki" (yaani, waovu sana); "hawana chochote ila majina ambayo baba zako waliwapa" kwa kadiri ya maneno "kwa wale anao pendelea na kukubali," yaani, vipi shufaa ya miungu yao inaweza kuwa na maana kwake?*

Wakati waondoleo la Shetani ambalo alikuwa ameweka kwa ulimi wa Mtume lilipokuja kutoka kwa Mwenyezi Mungu, Waquraishi walikuwa wakisema: "Muhammad amejuta kuhusu kauli yake kuhusu nafasi ya miungu yenu na Allah, ameibadilisha na kuileta kitu kingine." (Maisha ya Muhammad: Tafsiri ya Sirat Rasul Allah ya Ibn Ishaq, na utangulizi na maelezo ya Alfred Guillaume, ukurasa 165-167)

Kwanini Allah amefanya aya za Shetani kutamkwa na Muhammad kuwa jambo dogo na lisilo la maana na kama maneno ya Mungu? Kama tunavyoona, Muhammad alikiri kudanganywa na Shetani. Kupiga magoti na kuabudu miungu ya kike ya washirikina wa Waquraishi na kukubali kuabudu pamoja nao waziwazi inathibitisha kwamba Nabii wa Uislamu alishindwa nguvu na Wapagani na kufanya ibada ya sanamu. Ingawa aligundua madhara ya alichokifanya baadaye, hii haimaanishi kwamba alipaswa kushiriki katika ibada ya sanamu.

Jambo muhimu ambalo Waislamu wanatakiwa kujifunza kutoka kwa tukio hili ni kwamba, Muhammad hakuweza kutofautisha kati ya maneno ya Allah na maneno ya Shetani. Alipokea ufunuo kutoka kwa Shetani ambao alitangaza kama ujumbe wa Allah. Ujumbe huo ulikuwa siyo tu wa uwongo bali pia wa kishetani.

Hadithi hiyo pia inatuambia kwamba tamaa za kibinafsi za Muhammad zilikuwa sehemu ya sababu ya kuingia kwa Aya za Shetani kwenye Qur'an. Ukweli huu pekee unaweka ufunuo wa Qur'an katika nafasi hatari Zaidi na kuufanya ufunuo wa Qur'an kuwa wa kutokuaminika. Ikiwa tamaa za kibinafsi za Muhammad zilikuwa sababu ya kuingiliakati kwa Aya za Shetani. Je, kulikuwa na nyakati nyingine ambapo tamaa za kibinafsi za Muhammad pia zilichangia katika kusababisha matokeo ya Aya za Qur'an kuwa za bandia au zenye hisia za ubinafsi? Je, hii pia inaweza kuwa kweli wakati alipokea Aya za Qur'an zinazoruhusu kuoa mke wa mtoto wake wa kulea kwasababu alikuwa na tamaa ya kufanya hivyo? Je, Shetani alitumia fursa kama hiyo ya tamaa ya kibinafsi ya Muhammad na kuingiza Aya hizo zinazoruhusu kuoa mke wa mtoto wake wa kulea? Je, Aya za Qur'an zinazoruhusu Muhammad kuoa mke wa mkwe wake ni mfano mwingine wa Aya za Shetani katika Qur'an?
Tabari, VI:107:

"Ibilisi alimpa Mtume wa Allah ufunuo wa Qur'an bandia kinyume na ukweli."

Sasa, angalia kwa makini jibu la Allah kuhusu Aya za Shetani:

Surah 22:52: "Hatukumtuma Mtume yeyote au Nabii kabla yako, lakini aliposoma ufunuo au akahadithia au akasema, Shaitani (Ibilisi) alitupia (uwongo) ndani yake. Lakini Allah anafuta chochote ambacho Shaitani (Ibilisi) anatupia ndani yake. Kisha Allah huweka imara Ufunuo Wake. Na Allah ni Mjuzi, Mwenye hikima." (Hilali-Khan)

"Hatukumtuma mjumbe yeyote au nabii kabla yako ila aliposoma (ujumbe huo) Shetani alitupia upinzani kuhusiana na ule alioucha. Lakini Allah anafuta yale yote

Shetani anayopendekeza. Kisha Allah huimarisha ufunuo wake. Allah ni Mjuzi, Mwenye hikima." (Pickthall)

Je, unaweza kufahamu maana kamili ya jibu la Allah katika aya ya Qur'an hapo juu?

Allah anasema kimsingi: "Usiwe na wasiwasi Muhammad, maana manabii wote kwa mara ya kwanza walitamka ujumbe wa Ibilisi." Kwa maneno mengine, Allah anasema kwamba kila mjumbe wa Mungu aliyeishi kabla ya wakati wa Muhammad alisoma na kutamka aya za Ibilisi walipopokea ufunuo kutoka kwa Mungu. Wakati Surah 22:52 ilifunuliwa kuthibitisha kosa la Muhammad, aya hii ya Qur'an inathibitisha kwamba tukio la Aya za Shetani kweli lilitokea.

Jambo baya sana kuhusu hili suala la Aya za Shetani ni kwamba, Allah alidanganya wazi kwamba manabii wote wa Mungu katika siku za nyuma walikuwa wameathiriwa na Ibilisi kama alivyo athiriwa Muhammad. Uongo huu wa wazi ulipandikizwa na Allah kama njia ya kufunika aibu ya Muhammad ambaye alijisalimisha kwa ushawishi wa shetani. Surah 22:52 ambayo inadai kwa uwongo kwamba manabii wote wa Mungu walipotoshwa na ushawishi wa shetani, ni sehemu ya Aya za Shetani iliyoundwa ndani ya Qur'an. Ili kusamehe kosa la Muhammad, Allah aliwatia doa manabii wote wa Mungu kwa kudai kwamba Shetani pia alitupa maneno katika ujumbe wao. Allah hakutoa uthibitisho wowote wa kuunga mkono matusi yake maovu kwa Ibrahimu, Musa, Yesu na manabii wengine waaminifu wa Mungu katika Biblia Takatifu.

Tabia za Allah ni sawa na zile za Shetani. Wote wanajaribu kushambulia sifa za Mungu wa kweli. Wanamfananisha Mungu kuwa hana uwezo wa kuzuia ushirikina wa Shetani na ujumbe wake. Aidha, wanadhalilisha manabii wa Mungu wa kweli kwa kutumia uongo na udanganyifu. Hata hivyo, kuna uongo mwingi zaidi wa Allah miaka mingi kabla ya tukio la "Aya za Shetani", Allah alionya juu ya aina ya adhabu ambayo Muhammad angepata ikiwa angekuja na maneno ya uongo dhidi ya Allah:

Surah 69:44-46: "Na kama angemzulia juu yetu maneno, tungelimpata kwa mkono wake wa kulia, na kisha tungelikata mshipa wa moyo wake."

Kama angalitunga juu yetu baadhi ya maneno, tungelimshika kwa mkono wake wa kuume. Kisha tungelimkata mshipa wa moyo wake.

Tafsiri ya Jalalayn kwa Qur'an 69:44-46:

Na kama angalitunga juu yetu uongo, kwa kuwasiliana kutoka kwetu kile ambacho hatukusema, tungelimpata bila shaka, tungelilipiza kisasi (dhidi yake), kwa Mkono wa Kulia, kwa nguvu zetu na uwezo wetu; kisha bila shaka tungekata mshipa mkuu wa moyo, [mshipa unaounganisha na moyo, na ikiwa utakatwa, huleta kifo cha mtu huyo].

Muhammad alikiri "kulitunga neno la uwongo" dhidi ya Allah kwa kuweka aya za Shetani kwa Allah. Kwanini Allah hakumpa adhabu Muhammad kama alivyokuwa ameahidi katika Qur'an? Kutoa adhabu kwa Muhammad kusingepaswa kuchukuliwa kwa wepesi na Waislamu. Kutokuadhibiwa kwa Muhammad ni jambo la kusikitisha sana kwa sababu onyo hili la Qur'an linalohusiana na adhabu ya kifo kwa kutoa "neno la uwongo" dhidi ya Allah lilikuwa maalum kwa Muhammad tu na sio mtu mwingine yeyote.

Hata hivyo, Allah hakuweza kutimiza adhabu ambayo yeye mwenyewe alitaja katika Qur'an na pia alipuuza dhambi ya Muhammad. Hakuonyesha hata lawama kwa Muhammad. Badala yake, Allah alimpa udhuru Muhammad. Hii inaonyesha kwamba Allah siyo mungu anayeweza kuheshimika na pia ni mchonganishi. Waislamu, je, mnaweza kuheshimu Qur'an wakati Allah mwenyewe hathamini ahadi zake?

Allah alimsamehe dhambi kubwa ambayo Muhammad alifanya. Alisema: *"Hatukumtuma Mtume au Nabii kabla yako ila aliposoma, Shetani alitupa uongo ndani yake."* Kwa kweli, Allah anasema kwamba kuweka maneno yaliyovuviwa na Shetani ndani ya ujumbe wa Allah ni jambo la kawaida kwa manabii wote wa Mungu. Kwa hivyo, si suala kubwa. Ikiwa ni kweli kwamba hii ni tukio la kawaida kwa manabii wote wa Mungu, kwa nini basi Allah alionya adhabu kali ya kifo kwa kosa kama hilo katika Surah 69:44-46? Je, adhabu ya kifo haikuwa inalenga tu kwa wale wanaofanya dhambi kubwa au zisizosameheka?

Kuingizwa kwa urahisi wa mapendekezo ya Shetani kwa siri akilini mwa Muhammad inapaswa kuwa sababu ya kwa Waislamu kuwa na wasiwasi na unabii wake. Ikiwa Shetani anaweza kupata mwanya kwa urahisi kwenye akili ya Muhammad na kuiathiri fikira yake bila yeye Muhammad kujua, atajuaje aya anazo pokea zinatoka kwa Allah au Shetani? Je, Muhammad alitambua hatari anayokabiliwa nayo wakati anapokea aya au ufunuo?

Surah 7:199-200: Kuwa mvumilivu Ewe Muhammad na uwe na huruma na ustahimilivu, na fanya msamaha na kuamrisha maisha na tabia ya kufuata maadili, na puuza watu wajinga wasio na adabu. Na ikiwa Al-Shaytan atakutia njia kando au chuki kwa siri katika akili yako, usikubali wala usitendee, bali jiweke kwa Allah." (Al-Muntakhab)

"Pokea msamaha na amrisha wema na epuka wajinga. Na ikiwa uwongo kutoka kwa Shaitani utakutesa, tafuta kimbilio kwa Allah; hakika Yeye ni Msikivu, Mjuzi." (Shakir)

Swala muhimu kuhusu kisa cha Aya za Shetani ni kwamba Muhammad hakuweza kutofautisha sauti ya Shetani na sauti ya Allah. Je, kuna aya nyingine katika Qur'an ambazo Muhammad alidhani zilitoka kwa Mungu lakini kwa kweli zilitoka kwa Shetani? Ikiwa Shetani anaweza kwa urahisi kumtumia maneno kwenye ulimi wake, tunawezaje kuwa na imani na mtu ambaye anaweza kusukumwa kwa urahisi na Shetani. Vyanzo vya Kiislamu vinathibitisha kuwa hata mchawi Myahudi alikuwa na uwezo wa kumroga Muhammad. Hadithi zinasema kwamba, Muhammad alirogwa na kupoteza akili kiasi cha kuto fahamu nini anafanya.

SEHEMU YA SABA
AYA ZA ZAYD B. AMR AMBAZO NIMETUMIKA KWENYE QUR'AN

Mfano wa aya za shairi la Zayd B. Amr B. Naufal na aya za Qur'an Tukufu. Nimechagua aya 20 za shairi la Zayd ambazo zinafanana na aya za Qur'an. Utaweza kugundua jinsi zinavyofanana sana na utungaji wa Zayd. Kutokana na utaratibu wa kurudia-rudia wa aya za Qur'an, aya nyingi zinafanana sana na mashairi ya Zayd. Hii ndio sababu niliweka aya kadhaa ambazo zinafanana kwa karibu na mashairi ya Zayd. Ili kuweka urefu wa kiambatanisho hiki kuwa mfupi, nimenukuu aya kamili tu katika kesi ambazo kuna mfano mkubwa wa kufanana. Kwa aya nyingine, nimejumuisha ujumbe muhimu tu. Unaweza kutazama tafsiri ya Kiingereza ya Qur'an Tukufu ili kusoma aya kamili. Bila shaka, nimenukuu aya chache tu.

Unaweza kutumia muda kusoma Qur'an Tukufu na kugundua aya nyingine ambazo zinafanana kwa karibu na mashairi ya Zayd. [Tafadhali kumbuka: Isipokuwa imeelezwa vinginevyo, aya zilizonukuliwa kutoka Qur'an zimetokana na tafsiri ya Abdullah Yusuf Ali ya Qur'an Tukufu. Pia, tafsiri ya awali ya Yusuf Ali inataja Allah kama Mungu. Toleo la mtandao la tafsiri hii linataja Allah pekee. Insha yangu imezingatia toleo la asili la tafsiri ya Yusuf Ali. Unaweza bonyeza hapa kuthibitisha aya nilizo nukuu: http://www.usc.edu/dept/MSA/Qur'an/]

Hapa kuna vipande kutoka kwa shairi la Zayd B. Amr B. Naufal kwa urahisi wa wasomaji: Ibn Ishaq (Uk. 100-101)

Zayd B. Amr. B. Nufayl alitunga shairi lifuatalo kuhusu kuondoka kwa watu wake na mateso aliyoyapata kutoka kwao:

Je! Nipate kumwabudu Mola mmoja au elfu?
Ikiwa kuna kama wewe unavyodai,
Ninaachana na Al-Lat na Al-Uzza wote wawili
Kama mtu mwenye akili thabiti angefanya.
Sitamwabudu Al-Uzza na binti zake wawili,
Wala sitatembelea sanamu mbili za Banu Amr.
Sitamwabudu Hubal ingawa alikuwa mola wetu
Katika siku zile ambazo sikuwa na akili nyingi.
Nilishangaa (kwa sababu usiku ni ajabu sana
Mambo mengi yanakuwa ya ajabu kwa mchunguzi
Kuliko wakati wa mchana),
Kuwa Mungu alitoweka watu wengi
Ambao matendo yao yalikuwa maovu sana
Na kuwaokoa wengine kwa njia ya utakatifu wa watu
Hadi mtoto mdogo aweze kuwa mtu mzima.
Mtu anaweza kuteseka kwa muda na baadaye kupona.
Kama tawi la mti linavyopona baada ya mvua.
Namtumikia Mola wangu mwenye huruma
Ili Bwana Mwenye kusamehe anisamehe dhambi yangu,
Kwa hivyo, endelea kumcha Mungu,
Mola wako; Ukiendelea kushikamana na hilo hautaharibika.
Utawaona wacha Mungu wakiishi bustanini,
Wakati kwa makafiri, moto wa Jehannamu unawaka.
Wataaibika katika maisha, wanapokufa Vifua vyao vitaingia
katika maumivu.

Zayd pia alisema (143)
Kwa Mungu naweza kutoa sifa na shukrani,

Neno lenye uhakika ambalo halitashindwa milele,
Kwa Mfalme wa mbinguni hakuna Mungu mwingine,
Na hakuna bwana anayeweza kumkaribia.
Jihadharini, enyi watu, na yale yanayofuata kifo!
Hamuwezi kuficha kitu chochote kutoka kwa Mungu.
Jihadharini kumweka mwingine kando ya Mungu,
Kwa njia sahihi imekuwa wazi.
Najikumbusha wewe, Mungu wangu, ndiwe tumaini letu.
Nimeridhika nawe, Ee Mungu, kama Bwana wangu,
Na sitamwabudu Mungu mwingine isipokuwa wewe.
Kwa wema na rehema yako,
Ulileta mjumbe kwa Musa kama mtafiti.
Ulifanya kwake, Nenda, wewe na Haruni,
Na mwite Farao dikteta kukimbilia kwa Mungu Na mwambie,
Je, ulinyanyua hii (ardhi) bila msaada,
Hadi ilisimama kama ilivyo sasa?
Mwambie, Je, uliinua hii (mbingu) bila msaada?
Ulikuwa mjenzi mzuri sana!
Mwambie, Je, uliweka mwezi katikati yake
Kama mwanga wa kuongoza wakati usiku ulipofunika?
Mwambie, uliyetuma jua wakati wa mchana
Ili dunia inayoguswa iangaze utukufu wake?
Mwambie, uliyezitupa mbegu kwenye vumbi
Ili mimea iweze kukua na kuongezeka?
Na kuileta mbegu yake kwenye kichwa cha mmea?
Hapo ndipo alama kwa ufahamu.
Wewe kwa wema wako ulimwokoa Yunus
Ambaye alitumia usiku katika tumbo la Samaki.
Ingawa ninatukuza jina lako,
mara nyingi nakariri Ee Bwana wa viumbe,
tafadhali toa zawadi zako na rehema yako kwangu
Na ibariki wana wangu na mali yangu.

[(143) Ibn Hisham alisema (Ibn Ishaq uk.713): Mashairi haya ni ya Umayya bin Abul-Salt, isipokuwa kwa mistari miwili ya kwanza, ya tano, na ya mwisho. Nusu ya pili ya mstari wa kwanza haipatikani kwenye kitabu cha Ibn Ishaq.]

Hapa ni mstari mwingine kutoka kwa Zayd bin Amr (Ibn Ishaq, uk.102): Na Zayd alisema:

Najisalimisha kwake yule ambaye Ardhi inayobeba miamba yenye nguvu inamwabudu. Ametandaza ardhi na alipoona imekaa Juu ya maji, akaiwekea milima. Najisalimisha kwake yule ambaye mawingu yanayobeba Maji matamu yanamwabudu Wakipelekwa katika nchi Hutiririsha mvua nyingi kwa utiifu.

Hapa ni linganisho la mashairi ya Zayd na aya za Qur'an Tukufu:

1. **Zayd aliandika: Je! Ninapaswa kumwabudu bwana mmoja au elfu?**

Qur'an Tukufu inasema:

Waislamu wanaabudu Mungu mmoja (yaani Allah pekee); wale ambao hawana imani katika Akhera ni wenye kiburi. *16:22 016.022 Mola wenu ni Mola mmoja tu: lakini wale wasio amini Akhera mioyo yao imetawaliwa na kiburi, hivyo wanakataa kuijua njia iliyo sawa.* Aya nyingine za Qur'an Tukufu zinazofanana: Haiwezekani kuweka viongozi wa kidini na wasomi kama Mabwana; Mungu ameamuru kuabudu Mungu mmoja tu 9:31

Hakuna awezaye kubadilisha maneno ya Mwenyezi Mungu 10:64

Qur'an inafundisha kuabudu Mungu pekee na Muhammad ni Mwonyaji aliyekuja na habari njema 11:2

Usimuabudu mungu mwingine pamoja na Mwenyezi Mungu, yeye ni mmoja tu, muabudu Yeye pekee...16:51

Mitume wote waliongozwa kuabudu Mungu mmoja tu 21:25

Kuna Mungu mmoja tu na wote wanapaswa kuinamia Uislamu...21:108 Mungu ni mmoja tu 37:4

Muhammad ni Mwarubaini; hakuna mungu ila Mungu mmoja wa juu kabisa 38:65

Dini ya Muhammad imejitolea kwa Mungu pekee 39:14

Muhammad ameamrishwa kuabudu Mungu pekee 39:11

Haiwezekani kuwa na miungu mingi inayopingana; mtumwa anapaswa kutumikia bwana mmoja tu (aya hii hutumiwa na wafuasi wa Qur'an pekee kama Rashad Khalifa) 39:29

Mungu ni mmoja na pekee...112:1

2. Zayd aliandika: Sisemi kuwaabudu al-Lat, al-Uzza na binti zake wawili

Qur'an inasema: Watu wote wa Mwenyezi Mungu waliongozwa wakati mwingine na Shetani (hii ni aya ya kubatilisha ya 53:19-20 inayohusu Al-Lat, al-Uzza na Manat ambao walikuwa miungu wa kike (aya hii inaaminiwa kuwa imewasilishwa na Shetani na hivyo imebatilishwa na 22:52) ...53:19-23

053.019 Je! mmesikia habari za Lat na Uzza,

053.020 Na Manat ya tatu ya pili?

053.021 Huyo ni mwenye kike na nyinyi ni wenye kiume?

053.022 Tazameni! Hii ni mgawanyo mbaya kabisa!

053.023 Hawa si kitu ila majina ambayo ninyi na mababu zenu mmeyazua, ambayo Mwenyezi Mungu hakuyateremsha uthibitisho wowote juu yake. Wanafuata tu dhana na matamanio ya nafsi zao! Ingawa imekwishawajia uwongofu kutoka kwa Mola wao!

Manabii wote walikuwa, wakati mwingine, wamehamasishwa na Shetani (hii ni aya inayobatilisha 53:19-20 inayohusiana na miungu Al-Lat, Uzza, Manat) ... 22:52 Mabinti bandia walitengwa kwa ajili ya Mungu... 52:39 Mungu si wa jinsia ya kike... 53:21

3. **Zayd aliandika: Mungu alitokomeza watu wengi ambao matendo yao yalikuwa maovu sana Qur'an Takatifu inasema: Mungu alitokomeza vizazi vingi kabla ya kizazi cha Muhammad 6:6 006.**

006 Je! Hawaoni jinsi tulivyowateketeza wale walio kabla yao? Tulianzisha vizazi katika ardhi kwa nguvu kubwa kuliko yenu, tulizinyeshea mvua kutoka mbinguni kwa wingi na kuzitoa mito inayotiririka chini yao. Na tuliwaangamiza kwa dhambi zao, na tukawafufua watu wengine badala yao.

Mafungu mengine yanayofanana kutoka kwa Qur'an Takatifu:

Mungu alitokomeza jamii nyingi wakati walipokuwa macho au usingizini 7:4

Mungu alitokomeza vizazi vingi na kukifanya kizazi cha sasa kurithi ardhi tu ili kuwajaribu 10:13-14

Mungu ameangamiza vizazi vingi kabla yao ambavyo hakuna mtu anayeweza kuwafuatilia 19:98

Mungu ameangamiza vizazi vingi vilivyotangulia 20:128

Katika siku za nyuma, Mungu aliadhibu watu wengi ... 22:48

Mungu aliziangamiza kabisa jamii ya makafiri, lakini bado hawasadiki 21:6

Mungu aliwaangamiza kabisa watu wengi kabla yao ... 21:11

Mungu alikomesha kabisa wakosaji walio kimbia 21:15

Katika zamani, Mungu aliangamiza makundi mengi, akafanya visima kuwa kame, akatelekeza na kuharibu majumba ya juu na yaliyofanywa vizuri...22:45

Mungu aliangamiza vizazi vingi kabla 32:26

Mungu aliangamiza vizazi vingi kabla; wito wao wa msaada haukufanikiwa 38:3

Mungu aliwaangamiza watu wenye nguvu 43:8

Katika zamani Mungu aliwakamata na kuwaadhibu watu kwa kutotii wajumbe wao 40:22

Mungu aliangamiza jamii nyingi kabla ya Muhammad kutumwa 46:27

Katika zamani, Mungu aliangamiza vizazi vingi vyenye nguvu 50:36

Mungu aliangamiza vizazi vya zamani 77:16

Walio kufuru Mungu zamani walipata adhabu kali kutoka kwa Mungu 64:5

Katika zamani Mungu aliwaadhibu sana wasioamini 67:18

4. Zayd aliandika: Na kuwaokoa wengine

Qur'an Takatifu inasema:

Mungu anaweza kuwaadhibu au kuwaokoa wengine 9:106

009.106 Kuna wengine, wanaosubiri amri ya Allah, ikiwa atawaadhibu au kuwaonyesha huruma: na Allah ni Mjuzi wa yote, Mwenye hikima.

Aya nyingine kama hiyo kutoka Qur'an Takatifu:

Mungu ana mpango uliopangwa mapema kwa wasioamini, ndio sababu hawaangamizi mara moja 20:130.

5. Zayd aliandika: tawi la mti hufufuka baada ya mvua

Katika Qur'an Tukufu inasema:

Mwenyezi Mungu anateremsha mvua kutoka mbinguni ili kukuza mimea na kuihuisha ardhi iliyokufa... (sehemu ya mzunguko wa maji?) ...50:9-11

050.009 Na tunateremsha kutoka mbinguni mvua iliyo na baraka, na tunazalisha kwayo bustani na nafaka za kuvuna;

050.010 Na mitende iliyoinuka na vizazi vya matunda vilivyo katika safu safu;

050.011 Ni riziki kwa waja wetu. Na kwayo tunahuisha ardhi iliyo kufa. Hivi ndivyo inavyofufuliwa.

Aya nyingine za Qur'an Tukufu zinazofanana:

Katika uumbaji wa mbingu na ardhi, na katika kutafautiana usiku na mchana, na katika kupeperushwa kwa meli baharini, na mvua kutoka mbinguni, na kuchipuka kwa mimea katika ardhi iliyo kufa, na wanyama wanaotawanyika, na kubadilika kwa pepo na mawingu; huko ndiko alama za Mwenyezi Mungu...2:164

Mwenyezi Mungu ananyeshea mvua kutoka mbinguni ili kukuza mazao ya kilimo...6:99

Mwenyezi Mungu anapeleka upepo wenye rutuba kuichanganya na mvua, na kwa hiyo ndio inakua mimea katika ardhi (sehemu ya mzunguko wa maji?)...15:22

Mvua, mimea duniani na majani ni alama za Mwenyezi Mungu; Yeye ni mwenye nguvu zote...18:45

Mwenyezi Mungu anateremsha mvua kutoka mbinguni na anajua yote...22:63

Mwenyezi Mungu anatuma mvua kutoka mbinguni, ambayo huchovya ardhi, na kisha hupitika kupitia mito...23:18

Mwenyezi Mungu analeta mvua kwenye ardhi kavu ili kuwalisha wanyama...32:27

Mwenyezi Mungu anateremsha mvua kutoka mbinguni na kusababisha chemchem kutoa maji na kusababisha mimea kukua (sehemu ya mzunguko wa maji?)...39:21

Kwa mvua, Mwenyezi Mungu anatoa uhai kwa ardhi kame, Yeye pia anaweza kutoa uhai kwa wafu...43:11

Mwenyezi Mungu anahuisha ardhi baada ya kufa...57:17

6. Zayd aliandika: Basi, endelea kumcha Mungu, shikilia hiyo na hutapotea.

Qur'an Takatifu inasema: Mcha Mungu pekee...2:41

002.041 Na amini kile nilichoteremsha, kinathibitisha ufunuo ulio kwako, na usiwe wa kwanza kukanusha imani katika hilo, wala usiuze Ishara zangu kwa bei ndogo; na niogope Mimi, na Mimi pekee.

Aya nyingine kama hiyo kutoka Qur'an Takatifu:

Haiwezekani kufa isipokuwa nikiwa Muislamu; mcha Mungu kama anavyopaswa kuchukuliwa ...3:102

Wanaomcha Mungu wanaishi mbinguni kwa muda usio na mwisho...3:198

Muogope Mungu na usilete fujo katika ulimwengu ulio na utaratibu 7:56

Mungu alituma tetemeko la ardhi kuangusha milima kama onyo la kumcha Mungu...7:171

Moyo wa muumini wa kweli unatetemeka kwa hofu anapomsikia Mungu na imani yake inaimarika kila anaposikia Qur'an 8:2

Waumini wanapaswa kumcha Mungu na kufuata waumini wa kweli 9:119

Mcha Mungu kwa ajili ya siku ya hukumu mbaya ... 22:1

Moyo wa muumini wa kweli unatetemeka kwa hofu anaposikia jina la Mungu 22:35

Tubu na mcha Mungu30:31

Wale wenye elimu kwa kweli wanamcha Mungu 35:28

Ardhi ya Mungu ni pana; mcha Mungu; yeye yupo upande wa watenda mema 39:10

Mcha Mungu kwa kadri uwezavyo ...64:16

Kuna thawabu kubwa kwa wale wanaomcha Mungu asiyeweza kuonekana ...67:12

Qur'an ni ujumbe kwa watu wanaomcha Mungu 69:47

Ikiwa utamcha Mungu na kumtii, basi atakusamehe ... 71: 3-4

Yeye anayetoa sadaka na kumcha Mungu ndiye bora zaidi ... 92: 5-6

7. Zayd aliandika: Kuishi kwa utakatifu katika bustani.

Kwa makafiri, moto wa Jehannamu unawaka. Qur'an Takatifu inasema: Bustani zitakaribishwa kwa wema, na moto wa Jehannamu kwa wenye dhambi 26:90-95

026.090 "Na Pepo itasogezwa kwa wacha Mungu,

026.091 "Na kwa wale waliopotea katika Uovu, Moto utawekwa mbele yao kwa wazi kabisa;

026.092 "Na wataambiwa: 'Wapi miungu yenu mnayoiabudu-

026.093 "'Isipokuwa Allah? Je! Wanaweza kuwasaidia au kuwasaidia wenyewe?'

026.094 "Kisha watatupwa kichwa mbele ndani ya (Moto) - wao na waliopotea katika Uovu,

026.095 "Na majeshi yote ya Iblisi pamoja.

Aya nyingine za Qur'an Takatifu zinazofanana:

Thawabu yao ni bustani za milele, wataishi humo milele; Mwenyezi Mungu ameridhika nao na wao wameridhika na Mwenyezi Mungu na kuna thawabu kubwa kwa wanao mcha Mungu...98:8

Kwa wema kuna bustani zilizo karibu na Mwenyezi Mungu...3:15

Bustani zenye mito inayotiririka chini kwa waumini...3:136

Waumini watanufaika kwa kufuata Uislamu; watajulishwa na bustani zenye mito inayotiririka chini, makazi ya milele kwa waumini...5:119

Mwenyezi Mungu anawaahidi waumini Jannah (majumba mazuri katika bustani ya Eden) kwa wanaume na wanawake walioamini 9:72

Waumini wataingia katika bustani ya Eden pamoja na wazazi wao wema, wenzi wao na watoto wao; malaika watafuatana na waumini wanaoingia hapo...13:23

Kwa waumini...bustani zilizo chini yake mito...13:35

Waumini watapokelewa katika bustani zilizo chini yake mito inayotiririka; watajipamba na mapambo ya dhahabu na lulu na mavazi yao yatakuwa ya hariri...22.23

Mungu atakuwa hakimu mkuu siku ya kiyama; bustani ya furaha ni kwa waumini 22:56
Moto utawekwa wazi kabisa 26:91

Bustani italetwa kwa wacha Mungu 26:90

Bustani kama nyumba zenye ukarimu ni kwa waumini ... 32:19

Wasioamini watakuwa katika makaazi ya moto; watalazimishwa kurudi huko ikiwa watajaribu kutoroka ... 32:20
Waumini watakuwa katika bustani za milele; watakuwa wamepambwa na mapambo ya dhahabu na lulu na mavazi yao yatakuwa ya hariri 35:33

Kuna moto wa Jehannamu usio na mwisho kwa wanaokataa Mungu; hawatakufa; adhabu yao haitapunguzwa 35:36

Kwa waumini kutakuwa na bustani ya furaha, vivuli vitulivyo baridi vya miti, kujitokeza kwenye viti vya enzi, matunda yote ni kwa ajili ya raha, amani kutoka kwa Mungu 36:55-58

Wakosaji wataachwa peke yao; watatumbukizwa kwenye moto 36:60-64

Kwa watumishi wa Mungu waaminifu na wanaojitolea kutakuwa na riziki (Peponi), matunda, heshima, hadhi, bustani ya furaha, watapitana kwenye viti vya enzi, watapita kikombe kutoka kwa chemchemi safi ya maji, kinywaji cheupe na kitamu, hakuna maumivu ya kichwa, hakuna ulevi, wanawake walio safi 36:41-50

Waumini wataona wasioamini wakichomwa moto 37:51-55

Mungu alituma Qur'an ya Kiarabu kuonya. Baadhi watakuwa kwenye bustani na wengine watakuwa katika moto wa kuteketezwa ... 42:7

Waumini na wake zao watapokelewa kwenye bustani, watapita sahani na glasi za dhahabu, kila kitu ambacho roho zinaweza kutamani, yote ambayo macho yanaweza kufurahia ... 43:70-72

Wakosaji wataadhibiwa; watabaki kwenye moto wa Jehannamu milele ... 43:74

Waumini wataingia katika bustani; wasioamini watapata raha duniani kama wanyama wanavyokula na watakuwa na makaazi yao katika moto ... 47:12

Kwa waumini kutakuwa na bustani za kuishi, chini yake mito inapita; dhambi zao zitasamehewa...48:5

Wenye haki watakuwepo kwenye bustani ya furaha...52:17

Wenye haki watakuwa katikati ya bustani na mito na mbele ya mfalme mwenye uwezo...54:55

Waumini watajilaza juu ya magodoro yenye manyororo mazuri ndani ya bustani; matunda ya bustani yatakuwa karibu...55:54

Kwa wale wanaopigana kwa ajili ya Mungu, Yeye husamehe dhambi na ahadi nyumba nzuri katika bustani za milele...61:12

Kwa waumini, Mungu atawaondolea matatizo (dhambi) yao; atawapa bustani za kuishi milele chini yake mito inapita...64:9

Wasioamini wataishi motoni milele...64:10

Huko kutakuwa na bustani za kupendeza mbele ya Mungu...68:34

Mungu anawafunga pingu wasioamini kisha kuwachoma moto na kuwalisha chakula kigumu kumeza...73:12

Kwa wasioamini, Mungu ameandaa pingu, minyororo na moto mkali wa Jehannamu...76:4

Kwa waumini kutakuwa na bustani...85:11

Watakuwepo kwenye bustani ya juu...88:10

8. Zayd aliandika:...maziwa yatajikaza kwa uchungu.

Katika Qur'an Tukufu imeandikwa: Mwenyezi Mungu hufunua vifua vya wale wanaoamini Uislamu; wale wanaopotea, huwakunja vifua vyao kama wanavyopaa angani na kukosa pumzi...6:125

006.125 Wale ambao Allah (katika mpango wake) anataka kuwaongoza, - Yeye huwafungua vifua vyao kwa Uislamu; wale ambao Anataka kuwaacha wakipotea, - Yeye huwafanya vifua vyao vikakazana na kujaa shida, kama kwamba wanapanda juu angani: ndivyo anavyowaadhibu wale ambao wanakataa kuamini.

Aya nyingine zenye maana kama hiyo kutoka Qur'an Tukufu: Mwenyezi Mungu atatia mashaka mioyo na macho ya wasioamini...6:110

Kupitia hadithi za manabii waliopita na kukataliwa, Mwenyezi Mungu anaonyesha mfano kuwa anafunga moyo wa wasioamini...7:101

Mwenyezi Mungu anafunga nyoyo za waovu...10:74

Hakuna nafsi inayoweza kuamini isipokuwa kwa idhini ya Mwenyezi Mungu; Yeye huweka shaka na giza ndani ya moyo wa wasioamini...10:100

Mwenyezi Mungu anafunga nyoyo za wasioelewa...30:59

Mioyo itakuwa na msukosuko...79:8

Moyo wa mkataa imani umefunikwa na dhambi zake...83:14

9. Zayd aliandika: Hakuna Mungu isipokuwa yeye.

Qur'an Tukufu inasema: Kuna Mungu mmoja tu na wote wanapaswa kusujudu kwa Uislamu...21:108 "Ni kwa ufunuo wangu kwamba Mola wenu Mlezi ni Mungu Mmoja. Basi mna nini kwa nini hamuipokei haki?"

Hakuna Mungu ila Yeye, Aliye Juu zaidi 27:26 "Yeye Allah! Hapana mungu ila Yeye. Mola wa Arshi tukufu."

Aya nyingine za Qur'an Tukufu zinazofanana:

Kila nafsi itarejea kwa Mungu, hakimu mkuu 6:62

Hakuna mfano wa Mungu 16:74

Haiwezi kuweka miungu mingine isipokuwa Allah 17:22

Kama ingekuwepo miungu mingine isipokuwa Mungu, ingekuwepo machafuko 21:22

Mitume wote walipata ufunuo wa kuabudu Mungu mmoja tu 21:25

Utawala ni wa Mungu; hakuna Mungu isipokuwa Yeye. Kila kitu kitapotea isipokuwa uso wa Mungu 28:88

Hakuna msaidizi au mlinzi isipokuwa Mungu 29:22

Hakuna Mungu ila Yeye 35:3

Kuna Mungu mmoja tu 37:4

Muhammad ni mwenye kuonya; hakuna Mungu isipokuwa Mmoja Aliye Juu Zaidi 38:65

Mungu ni Aliye juu zaidi, Aliye Mkuu Zaidi...42:4

Mungu ndiye mungu pekee mbinguni na mungu pekee duniani...43:84

Mungu ndiye Mola wa mbingu na ardhi na kila kitu kati ya   o 44:7

Mungu ni wa kwanza na wa mwisho (alfa na omega)...57:3

Ufalme wote ni wa Mungu 67:1

Mungu ni mmoja na wa pekee...112:1

Hakuna yeyote kama Mungu...112:4

10. Zayd aliandika: Huwezi kuficha chochote kutoka kwa Mungu.

Qur'an Takatifu inasema: Mungu ana ufahamu wa kila kitu; hakuna kinachofichwa kutoka kwake 27:75 027.075 YUSUFALI: *Wala hakuna chochote kilichofichika mbinguni wala duniani, ila kimeandikwa katika rekodi wazi.*

Aya nyingine za Qur'an Takatifu zenye maana kama hiyo:

Mungu anajua unachojificha au kujidhihirisha... 3:29

Wanafiki wanajifanya ni waumini wanapokutana na Muhammad lakini wao ni dhidi ya imani; Mungu anajua yote wanayoyaficha...5:61

Haiwezekani kuficha chochote kutoka kwa Mungu: anajua siri zetu za ndani kabisa...11:5

Mungu anajua kinachoendelea siri na kinachofichwa...20:7

Mungu anajua yale unayoyasema wazi na yale unayoficha moyoni...21:110

Mungu anajua siri zote zilizofichwa na zilizo wazi; hana mshirika...23:92

Mungu anajua kila kitu unachojificha na kujidhihirisha...27:74

Mungu ni mjuzi wa siri na mambo yote yaliyofichwa na yaliyo wazi...32:6

Mungu anajua unachoficha na kujidhihirisha kwa wasioamini...36:75

Mungu anajua mambo yote ya siri na wazi...59:22

Mungu anajua siri za ndani kabisa za kila mtu...64:4

Iwe iliyotamkwa au siri, Mungu anajua mawazo yetu ya ndani kabisa...67:13

11. Zayd aliandika: njia iliyonyooka imekuwa wazi

Qur'an Tukufu inasema:

Hakuna kulazimishana katika dini; ukweli umedhihirika dhahiri kutoka kwenye upotovu...2:256

002.256 Usifanye kulazimishana katika dini. Hakika umetengwa wazi uongofu na upotovu. Anayemkataa Shetani na kumwamini Mwenyezi Mungu ameshika tegemeo lenye nguvu kabisa ambalo halivunjiki. Na Mwenyezi Mungu ni Mwenye kusikia na Mwenye kujua kila kitu.

Aya nyingine za Qur'an Tukufu zinazofanana:

Qur'an Tukufu ni ufunuo ulio wazi; makafiri ni watu wabaya...2:99

Qur'an Tukufu ni kitabu kisicho na shaka ...5:15

Qur'an Tukufu inaelezea mambo wazi wazi ...15:1

Qur'an Tukufu ni ishara wazi kutoka kwa Mungu...22:16

Mungu amefanya mambo wazi kwenye Qur'an na anaelekeza kwenye njia iliyonyooka yule ambaye anataka...24:46

Qur'an Tukufu inaelezea mambo wazi wazi ...26:1

Mtume Muhammad hasomi mashairi yoyote; Qur'an ni ujumbe ulio wazi...36:69

Mwenyezi Mungu ameteremsha ufunuo ulio wazi (Qur'an)...57:9

Dini iliyonyooka na sahihi ni kumwabudu Mungu kwa ikhlasi, kuwa wa kweli kwenye imani, kusimamisha sala na kutoa zaka...98:5

12. Zayd aliandika: Na sitaabudu Mungu mwingine ila wewe.

Kitabu kitakatifu cha Qur'an kinasema:

Hakuna kulazimishwa dini; ukweli umedhihirika kutokana na upotovu ... 2:256

002.256 Asiwe na kulazimishwa dini. Kwani kwa hakika kushikamana na Uislamu ndio kuongoka sawa na kutoka kwenye upotovu. Na aliye mshirikisha Mwenyezi Mungu, basi kama vile anavyojikwaa na kwenda zake mbali na njia iliyo sawa.

Aya nyingine za Qur'an zinazofanana:

Haiwezekani kuabudu kitu kingine isipokuwa Mwenyezi Mungu; Uislamu ndio dini sahihi pekee ... 12:40

Agano la Mungu na Wana wa Israeli (yaani, Wayahudi) lilikuwa: 1. kumuabudu Mungu pekee 2. kuwaheshimu wazazi 3. kuwajali jamaa, mayatima na maskini 4. kuwatendea watu kwa wema 5. kusali salat 6. kutoa zaka 7. kutokuua 8. kutowafukuza kutoka makwao ... 2:83-84

Haiwezekani kwa watu wa Kitabu kuabudu sanamu nyingine isipokuwa Mungu pekee ... 3:79 Muabudu Mungu pekee; mwishowe utarudi kwake ... 7:29

Muabudu Mungu tu kwa faragha na hadharani 7:55

Hawawezi kuweka viongozi wa kidini na wanazuoni kama mabwana; Mungu ameamuru kuabudu Mungu mmoja tu ... 9:31

Muhammad haabudu kama wanavyoabudu wengine; yeye huabudu Mungu tu ... 10:104

Qur'an inafundisha kumuabudu Mungu pekee na Muhammad ni Mwonyaji ambaye alileta habari njema ... 11:2

Mungu alimtuma mtume kwa kila taifa; Muhammad ameamriwa kumuabudu Mungu na hakuna mwingine;

Mungu amewaongoza wengine lakini amewafanya wengine kuwa wenye makosa ... 16:36

Usimuabudu Mungu wawili; kuna Mungu mmoja, muabudu Yeye pekee ... 16:51

Mitume wote waliongozwa kumuabudu Mungu mmoja tu 21:25

Muhammad ameamriwa kumuabudu Mungu pekee 39:11

Waumini lazima wamuabudu Mungu hata kama makafiri hawapendi ... 40:14

Muhammad amekatazwa kuabudu masanamu; ameamriwa kumuabudu Mungu pekee ... 40:66

Muhammad anatakiwa kumuabudu Mungu pekee; hana uwezo wa kudhuru wala kuongoza watu 72:20-21 Sura nzima ya Kafirun (Surah 109)

13. Zayd aliandika: mjumbe kwa Musa kama habari njema.

Qur'an Tukufu inasema:

Wao (Musa na mtumishi wake) walikutana na malaika wa Mwenyezi Mungu hapo (katika mkutano wa bahari mbili) 18:65

018.065 Basi wakakutana na mmoja katika waja wetu ambaye tulimrehemu kutoka kwetu na tukampa elimu kutoka kwetu wenyewe.

018.065 Basi wakakutana na mmoja katika waja wetu ambaye tulimrehemu kutoka kwetu na tukampa elimu kutoka kwetu wenyewe.

Aya nyingine zinazofanana kutoka Qur'an Tukufu: Mwenyezi Mungu alizungumza na Musa na kumchagua kuwa mjumbe wake kwa watu wake 7:144

Mwenyezi Mungu alizungumza moja kwa moja na Musa...4:164

Mwenyezi Mungu alizungumza moja kwa moja na Musa na yeye alikuwa wa kwanza kuamini Uislamu...7:143

Musa alimwomba ruhusa malaika ili amfuate ili ajifunza kutoka kwake 18:66

Mwenyezi Mungu alimtuma Musa na nduguye Haruni na Ufunuo wake na ushahidi wenye nguvu 23:45

Mwenyezi Mungu alimchagua Musa kuwa mjumbe wake na kumwambia amuabudu Yeye pekee 20:14

Mwenyezi Mungu alimpa Musa Kitabu na kumfanya Haruni, nduguye kuwa msaidizi wake (waziri) 25:35

14. Zayd aliandika: Sema kwa Firauni: Je, umeyanyosha haya ardhi bila kuwa na nguzo?

Qur'an Tukufu inasema:

Mwenyezi Mungu ameinyanyua mbingu bila nguzo zozote ambazo mnaweza kuziona; ameinua juu ya kiti chake cha enzi, ameweka jua na mwezi kufuata kwa upeo wake. Kila kimoja kinaelekea kwa kipindi chake maalum. Yeye ndiye anayesimamia mambo yote, akitaja ishara kwa undani ili mpate kuamini kwa yakini mkutano na Mola wenu. (13:2)

Aya nyingine zinazofanana kutoka Qur'an Tukufu: Mwenyezi Mungu aliumba mbingu bila nguzo ili uweze kuziona, na ameweka milima imara ili dunia isitikisike.

Pia ameweka wanyama wa aina zote katika jozi zao. (31:10)

Mwenyezi Mungu alikubaliana kumteua Haruni, nduguye Musa, kuwa msaidizi wake na alimhakikishia Musa ushindi dhidi ya Firauni. (28:35)

Mwenyezi Mungu alimwambia Musa aende kwa Firauni kumkomboa. (79:17-19)

15. Zayd aliandika: Weka mwezi katikati yake uwe nuru ya kuongoza wakati wa usiku.

Qur'an Tukufu inasema:

Mwenyezi Mungu amefanya mwezi kuwa nuru katikati ya mbingu na jua kuwa taa. (71:15-16)

071.015 "Je, hamwoni jinsi Mwenyezi Mungu ameviumba mbingu saba zinazopishana?

071.016 "Na amemfanya mwezi kuwa ndani yake ni nuru na amemfanya jua kuwa taa yenye mwangaza?"

Mafungu mengine yanayofanana kutoka katika Qur'an Takatifu:

Mwenyezi Mungu alifanya nyota katika anga na kuweka taa (jua) na mwezi wenye mwangaza (yaani, mwezi unatoa mwanga) 25:61

Mwenyezi Mungu alifanya usiku na mchana, jua na mwezi wakiwa chini ya mamlaka ya mwanadamu... 16:12

Mwenyezi Mungu aliumba jua na mwezi kwa ajili ya mchana na usiku na kwa ajili ya hesabu ya wakati 6:96

Mwenyezi Mungu alifanya jua kuwa ni utukufu unaong'aa na mwezi kuwa ni uzuri na una hatua zake; jua na mwezi hutumiwa kuhesabu miaka na wakati 10:5

Jua na mwezi ziko chini ya kozi zao... 14:33

Mwenyezi Mungu huunganisha usiku na mchana na kuzitii jua na mwezi wakati wanafuata kozi zao... 31:29

Mwenyezi Mungu ameweka nyumba (au hatua) kwa mwezi mpaka arudi kama majani ya zamani ya mtende 36:39

Jua haliruhusiwi kufikia mwezi; usiku hauwezi kuupita siku 6:40

16. Zayd aliandika: Nani aliyeipanda mbegu katika mavumbi ili majani ya kijani yatokee?

Qur'an Takatifu inasema:

Mwenyezi Mungu ameumba Ishara Zake katika mimea na mboga 13:4 0

13.004 Na katika ardhi kuna maeneo ya jirani na bustani za mizabibu na mashamba yaliyopandwa na nafaka na mikaratusi - ikikua kutoka katika mizizi iliyokusanywa au vinginevyo: ikinyweshwa maji sawa, lakini baadhi yao Tunayafanya kuwa bora zaidi kuliko yale mengine ya kula. Hakika katika vitu hivi kuna Ishara kwa ajili ya wale wanaoelewa!

Haipatikani kwa uwezo wa binadamu kusababisha mimea na miti kukua 27:60

027.060 Au ni nani aliyeviumba mbingu na ardhi, na anayeteremsha maji kwenu kutoka mbinguni? Na kwa hayo tukavipandisha viwanja vizuri vya miti yenye rutuba. Si katika uwezo wenu kuchuma mimea katika viwanja hivyo. Je, kuna mungu mwengine isipokuwa Mwenyezi Mungu? Bali hao ni watu wanaopotea.

Aya nyingine katika Qur'an: Mvua, mimea duniani na majani ni ishara za Mwenyezi Mungu; Yeye ni Mwenye nguvu zote 18:45 Mwenyezi Mungu huteremsha mvua kutoka mbinguni ili mimea iote na hufufua ardhi iliyokufa ... 50:9-11 Mwenyezi Mungu ametutoa kama mimea kutoka ardhini ... 71:17

17. Zayd aliandika: Ndani yake kuna ishara za ufahamu

Qur'an inasema:

Qur'an imejaa baraka na ni kitabu cha ishara; ni wale tu wenye ufahamu ndio wanaoweza kutatua shaka halisi katika Qur'an 38:29

038.029 Kitabu ambacho tumekuteremshia wewe kimejaa baraka, ili wapate kufikiri kwa kina juu ya Ishara zake, na wapate kukumbuka wenye akili.

Aya nyingine katika Qur'an:

Katika uumbaji wa mbingu na ardhi, katika kubadilishana kwa usiku na mchana, katika kusafiri kwa meli baharini, mvua kutoka mbinguni, na mimea inayoota kwenye ardhi iliyokufa, wanyama wanaotawanyika, mabadiliko ya upepo na mawingu ni ishara za Mwenyezi Mungu ... 2:164

Ardhi na kubadilishana kwa usiku na mchana, ni ishara za Mwenyezi Mungu ... 3:190

Kubadilishana kwa usiku na mchana na vitu vyote vilivyomo duniani ni ishara za Mwenyezi Mungu ... 10:6

Mvua, mimea duniani na majani ni ishara za Mwenyezi Mungu; Yeye ni Mwenye nguvu zote 18:45

Ishara za Mwenyezi Mungu zipo katika mifugo wa malisho; Mwenyezi Mungu amemuumba mwanadamu kutokana na ardhi, atarudi katika ardhi na atafufuliwa kutoka katika ardhi tena ... 20:54

Kuna ishara za imani katika dunia ... 51:20

18. Zayd aliandika: ..okoa Yunus aliyetumia usiku ndani ya tumbo la samaki.

Qur'an Takatifu inasema:

Mungu alimwokoa Yunus (Dhan Nun) kutoka gizani (ndani ya tumbo la samaki kubwa) 21:87-88

021.087 Na kumbuka Zun-nun, alipoondoka kwa hasira: Alidhani kuwa hatuna nguvu juu yake! Lakini aliita kwa kina cha giza, "Hakuna mungu ila Wewe: utukufu kwako: mimi nilikuwa na makosa!"

021.088 Basi tukamsikiliza: na tukamwokoa kutoka dhiki: na hivi ndivyo tunavyowaokoa wale wenye imani.

Mafungu mengine yanayofanana kutoka kwa Qur'an Takatifu: Kwa sababu ya uasi wake, samaki mkubwa alimmeza Yunus 37:142

Lakini Yunus alitubu na kusali kwa Mungu, na Mungu alimwokoa kutoka kwa samaki mkubwa 37:143-144

Mungu alifanya samaki amrudishe Yunus jangwani 37:145

19. Zayd aliandika: Ardhi ilinyanyuliwa. Milima iliyowekwa juu yake

Qur'an Tukufu inasema:

Mwenyezi Mungu aliifanya ardhi itandazwe kama zulia (nyembamba), akaiweka milima imara... 15:19

015.019 Na ardhi tumeitandaza; na tukaweka ndani yake milima thabitika; na tukakazania ndani yake vitu vyote vya kupimwa kwa uwiano.

Aya nyingine za Qur'an Tukufu zinazofanana: Mwenyezi Mungu aliitandaza ardhi (nyembamba), akaiweka milima, akaweka usiku kama kivuli... 13:3

Mwenyezi Mungu aliweka milima imara ili ardhi isitikisike... 16:15

Mwenyezi Mungu alifanya ardhi itandazwe kama zulia (nyembamba); Mwenyezi Mungu aliumba aina mbalimbali za mimea... 20:53

Mwenyezi Mungu aliiweka milima imara ili ardhi isitikisike na akatengeneza njia kwa ajili ya watu... 21:31

Mwenyezi Mungu aliifanya ardhi iweze kuishi; Aliweka mito katika ardhi, akaiweka milima imara, na kuzitenga maji... 27:61

Ardhi imeenea kama zulia (nyembamba) na Mwenyezi Mungu amejenga barabara na mitaro ndani yake... 43:10

Mwenyezi Mungu aliitandaza ardhi kama zulia (nyembamba) na kuweka milima imara... 50:7

Mwenyezi Mungu aliweka milima imara na akatengeneza maji matamu... 77:27

Mwenyezi Mungu aliweka milima kama misumari (au visawazisha) kuishikilia ardhi mahali pake... 78:7

Ardhi imeenea kama zulia (nyembamba)... 88:20

Mwenyezi Mungu alithibitisha milima imara... 79:32

Milima imewekwa imara... 79:32

Milima imewekwa imara kwa nguvu ya Mwenyezi Mungu... 88:19

20. Zayd aliandika:.. mawingu yanayobeba maji matamu?

Qur'an Tukufu inasema:

Mwenyezi Mungu anateremsha maji kutoka mawinguni ili kukuza mimea na bustani...78:14-16

078.014 Na hatukuteremshia maji mengi kutoka mawinguni,

078.015 Ili tukuze nafaka na mboga,

078.016 Na bustani zenye uzuri.

Aya nyingine zinazofanana kutoka Qur'an Tukufu:

Mwenyezi Mungu anatuma pepo kubeba mawingu yenye mvua kwenye ardhi kavu ili kukuza kilimo (sehemu ya mzunguko wa maji?)...7:57

Mwenyezi Mungu anaendesha mawingu na kusababisha mvua na theluji...24:43

Mwenyezi Mungu anatuma pepo, pepo inasukuma mawingu; Mwenyezi Mungu anaeneza mawingu mbinguni, anaivunja mawingu vipande vipande mpaka mvua itoke (sehemu ya mzunguko wa maji?)...30:48

Mwenyezi Mungu alifanya milima imara na akatoa maji matamu...77:27

SEHEMU YA NANE
CHANGAMOTO KUTOKA KWA ALLAH: TENGENEZA SURAH KAMA HII? JE, HAKUNA SURAH KAMA ZA QUR'AN?

Tengeneza Surah kama hii

Moja ya njia ambazo Waislamu wanathibitisha kuwa Qur'an ni muujiza ni kwa kuwapa changamoto wapinzani wao kutengeneza Surah moja kama Qur'an. Wanadai kwamba hakuna mtu anayeweza kutengeneza Surah kama hiyo. Changamoto hii inapatikana ndani ya Qur'an yenyewe:

Surah 2:23: "Ikiwa mnayo shaka juu ya ufunuo tuliomteremshia mja Wetu, basi leteni Surah moja kama hiyo, na waiteni mashahidi wenu wa kuungana nanyi badala ya Mwenyezi Mungu, ikiwa nyinyi mnasema kweli." (Qur'an Tukufu, Sheikh Ali Muhsin Al-Barwani)

Qur'an inajivunia kwamba hata kama wanadamu wote na Majini wangeshirikiana kutengeneza kitu kama Qur'an, hawangeweza kufanya hivyo. Na Allah anatoa changamoto kwa yeyote, ikiwa ni pamoja na Majini, kutengeneza kitu kama Qur'an:

Surah 17:88: Sema: "Kama wote wa binadamu na majini wangekusanyika kwa pamoja ili kuja na kitu kama hiki Qur'an, hawangeweza kufanya hivyo, hata kama wangejizatiti kwa nguvu zao zote." (Qur'an Tukufu, Sheikh Ali Muhsin Al-Barwani)

Kabla hatujaendelea katika mjadala wetu, tafadhali fahamu kwamba Qur'an inamtambua Shetani kama "Jinn."

Surah 18:50: "Na tulimwambia Malaika: Mnyenyekee Adamu; wakamnyenyekea, isipokuwa Iblisi. Yeye alikuwa katika majini, na akavunja amri ya Mola wake." (Qur'an Tukufu, Sheikh Ali Muhsin Al-Barwani)

Vile vile, Aya za Shetani zinapingana sana na madai ya Allah kwamba hakuna mtu anayeweza "kutengeneza Surah moja kama hiyo." Shetani alikuwa na uwezo wa kutengeneza aya ambazo zilifanana kwa karibu na ujumbe wa Qur'an kiasi kwamba hata Muhammad mwenyewe hakuweza kutofautisha. Vinginevyo, Muhammad kamwe asingekubali Aya za Shetani kama Neno la Allah. Shetani aliongoza na Muhammad akafuata.

Kulingana na sheria zilizotolewa kwa Musa, Muhammad anastahili kuuawa kama nabii wa uongo. Katika Maandiko ya Kiebrania, ikiwa nabii alisema kitu chochote kwa jina la Yehova ambacho hakikutoka kwake, nabii huyo anastahili kuuawa.

Kumbukumbu la Torati 18:20: "Lakini nabii yule atakayezungumza neno lo lote kwa jina langu, lisilotokana na neno langu, na alitabiri neno hilo, basi mtu yule atakufa."

Allah, ambaye alisamehe dhambi mbaya ya Muhammad, hawezi kuwa Mungu wa kweli. Kushindwa kumtia adabu Muhammad ni jambo moja, lakini kuendelea kumlinda yule ambaye ameanguka chini ya kishawishi cha Shetani ni jambo lingine kabisa.

Matukio ya Aya za Shetani pia yanadhalilisha dai la Waislamu kwamba Muhammad hakuwa na dhambi. Kukubali ibada ya sanamu na ushirikina, hata kwa muda mfupi, ni dhambi kubwa. Muhammad alikuwa ameanguka chini ya kishawishi cha ibada ya sanamu na ushirikina wakati akitangaza kuwa yeye ndiye mtume mkuu wa Mungu. Tukio hili linaonyesha kushindwa kwake kwa kiasi kikubwa maishani mwake. Hii inathibitisha kwamba alikuwa mwenye dhambi kama mtu yeyote wa kawaida - hata mbaya zaidi. Ushahidi uliotolewa hapa katika makala hii ni wa kutosha kwetu kukataa dai la Qur'an la ufunuo wa kiungu. Na pia ni wa kutosha kwetu kukataa uaminifu wa Muhammad kama nabii wa Mungu. Mtu ambaye kwa kweli alitangaza aya kutoka kwa Shetani na kuwa mwathirika wa uchawi wakati akiendelea kudai kuwa yeye ni mjumbe mkubwa wa Mungu hawezi kuwa na uaminifu. Kwa hivyo, ni halali kabisa kwa Waislamu kukataa Qur'an na Muhammad. Qur'an haiwezi kuwa Neno la Mungu na Muhammad hawezi kuwa Mtume wa Mungu.

Inasema kwamba tukio la Aya za Shetani ni jambo halisi ambalo halikutengenezwa na wasiokuwa Waislamu. Wanazuoni wa Kiislamu wa awali walikubali kuwa Muhammad alidanganywa na Shetani. Kwa kufanya hivyo, wanazuoni hawa wa awali wa Kiislamu wametupa ushahidi wa kutosha wa kuonyesha kuwa Muhammad alikuwa nabii wa uwongo. Tukio hili halikurekodiwa tu na vyanzo vya Kiislamu vya mapema vinavyopatikana katika maisha ya Muhammad bali pia wanaume waliyoyarekodi walikuwa wanazuoni wa Kiislamu wenye dini ya kweli, walioishi maisha yao wakijifunza, kuchambua, na kuandika juu ya Muhammad na Uislamu. Vyanzo hivi pia vinatoa mlolongo wa hadithi (isnad) unaonyesha kuwa tukio hili linaweza kufuatiliwa hadi Waislamu wa awali ambao walikuwa mashahidi wa tukio hili.

Lengo kuu ambalo Waislamu wanapaswa kujifunza kutoka kwa tukio hili ni kwamba Muhammad hawezi kuwa nabii wa Mungu wa kweli. Itakuwa busara kwa Waislamu kutafuta nabii wa kweli wa Mungu. Ni muhimu kwa Waislamu kuangalia maisha ya Mtume mwingine wa Mungu - Yesu wa

Nazareti. Sasa tutachunguza moja ya mikutano mingi ya Yesu na mashetani:

Marko 1: 21-27: Walikwenda Kapernaumu, na Sabato ikaja, Yesu akaenda Sinagogini na kuanza kufundisha. Wote wakastaajabu kwa njia yake ya kufundisha, kwani alikuwa akifundisha kama mtu mwenye mamlaka, na si kama walimu wa sheria. Wakati huo huo, kulikuwa na mtu katika Sinagogi aliye pagawa na nguvu ya roho mchafu, naye akapiga kelele, akisema: "Tuna nini nawe, Yesu wa Nazareti? Umekuja kutuangamiza? Najua wewe ni nani, Mtakatifu wa Mungu. " Lakini Yesu akamkemea, akisema: "Nyamaza, na toka kwake!" Na roho mchafu, baada ya kumtetemesha sana na kupiga kelele kwa sauti kubwa, akatoka nje yake huku akipiga kelele. Watu wote walikuwa hapo walishangazwa hata wakajadili wao kwa wao wakisema: "Hii ni nini? Mafundisho mapya! Hata anawaamuru roho wachafu kwa mamlaka, na wanamtii."

Kinyume na madai yaliyotolewa na Allah katika Surah 22:52, Yesu alikuwa na mamlaka kamili juu ya Shetani na pepo wachafu. Kwa kujikumbusha tu, hakuna nabii yeyote wa Yehova ambaye alipata athari ya Shetani. Na hakuna ujumbe wowote ambao walipokea kutoka kwa Mungu uliathiriwa na Shetani wakati wowote.

Je! Waislamu wanaweza kutoa jina la nabii wa Mungu katika Biblia ambaye alizungumza maneno ya Shetani?

Hakuna hata mmoja. Hakuna hata mmoja wao aliathiri Neno la Mungu ili kupata wafuasi kama alivyofanya Muhammad. Ikiwa unalazimika kuchagua kati ya Muhammad na Yesu, si busara kuwa na imani na yule ambaye aliwatisha pepo kwa uwepo wake tu badala ya yule ambaye alipata athari yao? Je! Ni busara kufuata mtu ambaye alipata hamasa kutoka kwa Shetani? Muhammad alipotoshwa kabisa na

Shetani. Na sisi siyo wanaosema hivyo bali na Waislam wenyewe na vitabu vyao vinathibitisha hili jambo la kutamka aya za Shetani.

Kuhusu Yesu Kristo, Al-Baidawi alisema:

"Mwenyezi Mungu alimpa jukumu maalum na akafanya miujiza yake sababu ya kumpendelea juu ya wajumbe wengine. Walikuwa ni ishara wazi na miujiza mikubwa isiyolingana kwa idadi na yeyote mwingine."

Na Qur'an inakubaliana:

Surah 2:253: Tulimpa Yesu Mwana wa Maryam miujiza ya wazi, na tukamthibitisha kwa Roho Mtakatifu. (Talal A. Itani)

Nabii wa kweli wa Mungu hataanguka kwa mashambulizi ya pepo. Mke wa Muhammad mwenyewe alithibitisha kuwa Muhammad alikuwa amepagawa na Mapepo. Na yeye si adui yake. Kwa kuwa kuna ushahidi wa wazi kama huu wa Muhammad kupagawa na Mapepo, ni vigumu sana kuchukua kwa uzito madai ya mtu huyu kuwa ni nabii wa Mwenyezi Mungu. Na Yesu aliwaonya wafuasi wake:

Mathayo 24:11: "Na manabii wa uwongo wengi watatokea na kuwapotosha wengi."

Ushahidi uliotolewa na vyanzo vya Kiislamu wenyewe unapendekeza na kuthibitisha kwamba Muhammad anaanguka katika jamii hii ya manabii wa uwongo ambayo Yesu aliwaonya Wanafuzi Wake. Wanafunzi wa Yesu hawakuwa tu wakilindwa kutokana na mashambulizi ya pepo lakini walikuwa na nguvu juu yao.

Luka 10:17: Kisha sabini walirudi kwa furaha na kusema: "Bwana, hata pepo wanatii kwa kutumia jina lako."

Kumbukumbu za Waislamu zinaonyesha kwamba wakati Muhammad alipokea wito wake na kuanza kupokea ufunuo, jambo la kwanza alilokiri ni kwamba alikuwa amepagawa na pepo. Alifikia uamuzi kwamba ni pepo aliyezungumza naye katika pango la Hira. Fikiria, Muhammad alikuwa mtu wa kwanza kuhoji chanzo cha ufunuo wake. Wakati Mungu wa kweli alithibitisha mwito wa Musa na Yesu kwa miujiza, Muhammad hakuweza kufanya miujiza hata mmoja. Aya ya Qur'an ifuatayo inaonyesha pia kwamba Shetani alikuwa na ushawishi kwenye akili ya Muhammad na aliweza kufanya chochote anachotaka nayo.

Surah 6:68: "Na unapowaona wale wanaocheza na Ishara zetu, jitenge nao mpaka wajadili katika mada nyingine. Na ikiwa shetani anakusahaulisha, basi usikae baada ya kukumbuka na mkusanyiko wa wenye kudhulumu." (Pickthall)

Tumefahamu kwamba Shetani alikuwa na uwezo wa kutoa mapendekezo kwa siri kwa akili ya Muhammad. Hii inathibitisha kwamba Muhammad alikuwa anashawishika kiurahisi na Shetani. Aidha, tumejifunza kwamba katika tukio moja, Muhammad alivutiwa hata na Shetani na alisema maneno ya Shetani. Hakuweza kutofautisha kati ya ufunuo wa Allah na ufunuo wa Shetani. Na sasa aya ya Qur'an hapo juu inatuambia kwamba Shetani hataweza kumsahaulisha Muhammad. Waislamu wanapaswa kuwa na wasiwasi. Inaonyesha kwamba Shetani anaweza kudhibiti akili ya nabii wao kwa urahisi. Je! Si kweli kwamba manabii wa Mungu wametumwa ili kuwasaidia waumini kuondokana na ushawishi wa Shetani? Ikiwa Muhammad mwenyewe alikuwa rahisi kutawaliwa na pepo, vipi anaweza kuwasaidia Waislamu kupinga ushawishi wao mbaya? Je! Waislamu wanaweza kumwamini Muhammad kama nabii wa kweli wa Mungu?

Kwa mujibu wa "Doktrina ya Isma," kwa ujumla inaaminiwa kuwa manabii wa Mungu walikuwa na Isma, ulinzi dhidi ya dhambi na kwa hiyo waliaminiwa kuwa wasio na dhambi. Hivyo basi, nabii aliyetumwa na Allah huwa anaaminika kuwa mkamilifu kimaadili na kiroho. Kwahiyo, tukio la Aya za Shetani ni tatizo kubwa kwa Uislamu. Linagusa moyo wa Uislamu wenyewe. Kwa Muhammad kuongeza maneno ya Shetani katika Qur'an ni dhambi kubwa. Hii bila shaka inamfanya asiwe nabii wa Mungu. Bila Muhammad, Uislamu unavunjika. Hadithi ya Aya za Shetani ni hatari kwa Uislamu kwasababu inatishia na kutia shaka uadilifu wa Qur'an na tabia ya Muhammad.

Mwandishi maarufu, Robert Spencer, alisema kuwa tukio la Aya za Shetani "limewafanya Waislamu wajisikie aibu kwa karne nyingi. Tukio hili linaweka kivuli juu ya ukweli wa madai yote ya Muhammad kuwa nabii."

Kwa hivyo, ikiwa hadithi kuhusu Aya za Shetani itathibitisha kuwa ni kweli, Uislamu utapata hasara. Tukio la Aya za Shetani linaungwa mkono na ushahidi kutoka kwenye vyanzo vya Kiislamu wenyewe, kwa hiyo ni rahisi kuthibitisha kuwa Muhammad aliongeza maneno ya Shetani katika Qur'an. Zaidi ya hapo, ukweli kuhusu Aya za Shetani lazima ujulikane. Tunapaswa kuonyesha Waislamu kwamba kulingana na Qur'an, Muhammad alifanya dhambi isiyosameheka:

Surah 4:48: "Hakika Mwenyezi Mungu hasamehe kukufuru kwake, lakini anasamehe yaliyo chini ya hapo kwa amtakaye. Na mwenye kufanya ushirika na Mwenyezi Mungu basi kwa yakini amepotea mbali sana." (Shakir)

Kama ilivyotambuliwa na vyanzo halisi vya Waislamu, Muhammad alihusisha miungu ya kipagani na Allah. Alisema kuwa wao ni wasuluhishi kati ya Allah na wanaomwabudu. Kwa hivyo, kwa Allah kusamehe Muhammad, kinyume na amri yake iliyotajwa katika Qur'an, inamaanisha kuwa ama Qur'an sio Neno la Mungu au Allah ni mwongo na tapeli. Sasa Waislamu wanapaswa kuchagua kati ya mungu wa uwongo na kitabu kitakatifu cha uwongo. Bila kujali chaguo lao,

Uislamu unageuka kuwa uwongo. Waislamu lazima wafikirie ukweli kwamba hata walipohukumiwa kwa Maandiko yao matakatifu, Muhammad alionekana kuwa nabii wa uwongo:

Surah 16: 98-100: "Na ukiyasoma Qur'an, tafuta kimbilio kwa Allah kutokana na Shetani aliyeondolewa. Hakika hana nguvu juu ya wale wanaoamini na kumtumaini Mola wao. Nguvu yake ni juu ya wale wanaomfanya rafiki na wale wanaomshirikisha (Allah)." (Pickthall)

Muhammad alijaribiwa na Shetani na kuthibitisha miungu ya sanamu ya uwongo kwa kubadilishana na matamanio yake ya kwamba kabila lake limkubali kama nabii wao. Aliruhusu majaribu na kuthibitisha miungu yao. Yesu pia alijaribiwa na zawadi ya falme zote za ulimwengu huu kwa kubadilishana na utii wake kwa Shetani kama mungu wake. Je! Yesu alikabili changamoto hii vipi?

Mathayo 4:10: Ndipo Yesu akamwambia: "Nenda zako, Shetani! Kwa maana imeandikwa, 'Ni Bwana, Mungu wako, utakayemsujudia, na ni yeye pekee utakayemtumikia.'"

Wote, Yesu na Muhammad walijaribiwa na Shetani. Tofauti na Muhammad, Yesu hakukubali kuathiriwa na Shetani - hata kwa muda mfupi. Yesu hakuwahi kutenda dhambi. Yesu alifanikiwa pale ambapo Muhammad alishindwa. Tunapofanya ulinganisho kati ya Muhammad na Yesu, tunaweza kuona tofauti kubwa sana kati ya Yesu Kristo na Muhammad. Waislamu sasa lazima wafanye uchaguzi kati ya Muhammad ambaye aliongea aya za Shetani na Yesu Kristo ambaye alimshinda Shetani.

Tukio la aya za Shetani linamfanya Muhammad asiwe nabii wa kweli wa Mungu. Zaidi ya hapo, tukio la Allah kuto muadhibu Muhammad alipo tamka aya za Shetani na kuziweka kwenye Quran kunafanya Quran sio Kitabu cha Mwenyezi Mungu.

Shalom,

Dr. Maxwell Shimba

SALA YA TOBA

Inawezekana kabisa ya kuwa wewe unayesoma ujumbe wa Kitabu hiki hujaokoka - yaani hujampokea Yesu Kristo ndani ya moyo wako kama Bwana na Mwokozi wako. Lakini sasa umeona umuhimu wa kumpokea Yesu Kristo katika maisha yako.

Naamini Roho Mtakatifu ameweka fursa hii mikononi mwako kwa mpango maalum wa Mungu ili ufike mahali pa kutubu na kuokoka. Inawezekana kabisa, pia ya kuwa hujawahi kuambiwa juu ya umuhimu wa wewe kuokoka. Lakini napenda kukuambia ya kuwa ni mpango wa Mungu uokoke. Soma Wakolosai 1:13,14 na Yohana 1:12-14 na 1 Timotheo 2:3-6 na Warumi 1:16,17 na Yohana 3:7. Ni vigumu kuona baraka za Damu ya Yesu bila ya kuokoka.
Kwa hiyo kama unataka kuokoka - tafuta mahali palipo na utulivu, na usome kwa sauti sala ifuatayo: (ukiweza unaweza kupiga magoti unapoomba sala hii)

"Ee Mungu wangu ulie Mtakatifu. Ninakuja mbele zako. Mimi ni mwenye dhambi. Naomba unisamehe dhambi zangu zote nilizokukosea katika maisha yangu. Ninatubu kweli. Naomba damu ya Yesu Kristo iliyomwagika msalabani kwa ajili yangu initakase sasa katika roho yangu na nafsi yangu na mwili wangu. Nimefungua moyo wangu. Bwana Yesu Kristo nakukaribisha ndani yangu. Ingia kwa uwezo wa Roho wako – uwe Bwana na Mwokozi wangu kuanzia sasa na siku zote. Ahsante kwa kunisamehe na kwa kuniokoa. Nimejitoa kwako nikutumikie katika siku zote za maisha

yangu. Shetani hana mamlaka tena juu yangu katika jina la Yesu Kristo. Amina.

Ikiwa umesoma sala hii kwa kukusudia kabisa na kwa imani, basi wewe umeokoka na dhambi zako zimesamehewa na kusahauliwa na Mungu sawasawa na alivyoandika katika neno lake. Damu ya Yesu iko juu yako sasa.

Baada ya kuokoka

Unapoanza maisha haya mapya katika Yesu Kristo nakushauri mambo yafuatayo:

1.Zungumza na Mungu kwa maombi kila siku (Yohana 15:7)

2. Soma Neno la Mungu (Biblia) kila siku (Matendo ya Mitume 17:11)

3.Mruhusu Roho Mtakatifu akutawale (Wagalatia 5:16-25; Warumi 8:14-17)

4.Umtumaini Mungu kwa kila jambo katika maisha yako (1Petro 5:7; Zekaria 4:6)

5.Usiache kukusanyika na kushirikiana na wengine waliompokea Yesu Kristo kuwa Mwokozi wao kama wewe ili uimarike zaidi (Waebrania 10:25)

Ukipenda unaweza kuniandikia kwa anwani hii hapa chini juu ya uamuzi uliofikia leo wa kuokoka, ili tumshukuru Mungu pamoja, na tuzidi kukuombea; na pia, tukutumie maandiko mengine ya kukusaidia:

maxshimbaministries@gmail.com

Mungu akubariki sana,

Dr. Maxwell Shimba
Shimba Theological Institute
New York, NY

MWISHO

www.ingramcontent.com/pod-product-compliance
Lightning Source LLC
Chambersburg PA
CBHW061315120726
48001CB00002B/511